'டீன்' தரிகிட

ஒரு டீன் ஏஜ் கைடு

சோம. வள்ளியப்பன்

பங்குச்சந்தை வர்த்தகம், உணர்வு மேலாண்மை, சுயமுன்னேற்றம், நிர்வாகவியல், மனித வள மேம்பாடு உள்ளிட்ட துறைகளில் பல புகழ்பெற்ற நூல்களை எழுதியவர். துறை சார்ந்த செழிப்பான அனுபவமும் நிபுணத்துவமும் கொண்டிருக்கும் இவர் தொலைக் காட்சி மற்றும் பத்திரிகைத்துறை ஊடகங்களில் தொடர்ந்து இயங்கி வருகிறார்.

பங்குச்சந்தை பற்றிய இவருடைய அள்ள அள்ளப் பணம் நூல்கள் (வரிசை 1-5), வெளிவந்த காலம் தொட்டு இன்றுவரை தொடர்ந்து விற்பனையில் சாதனை படைத்துவருகின்றன.

ஆசிரியரின் பிற நூல்கள்

பங்குச்சந்தை

1. அள்ள அள்ளப் பணம் 1 - *பங்குச்சந்தை: அடிப்படைகள்*
2. அள்ள அள்ளப் பணம் 2 - *பங்குச்சந்தை: அனாலிசிஸ்*
3. அள்ள அள்ளப் பணம் 3 - *பங்குச்சந்தை: ஃபியூச்சர்ஸ் அண்ட் ஆப்ஷன்ஸ்*
4. அள்ள அள்ளப் பணம் 4 - *பங்குச்சந்தை: போர்ட்ஃபோலியோ முதலீடுகள்*
5. அள்ள அள்ளப் பணம் 5 - *பங்குச்சந்தை: டிரேடிங்*

வியாபாரம்

1. நம்பர் 1 சேல்ஸ்மேன் (சிறந்த விற்பனையாளர் ஆவது எப்படி?)
2. பணமே ஓடி வா

நிர்வாகம்

1. ஆளப்பிறந்தவர் நீங்கள் (தலைமைப் பண்புகள்)
2. காலம் உங்கள் காலடியில் (நேர நிர்வாகம்)
4. உலகம் உன் வசம் (கம்யூனிகேஷன்)
5. உறுதி மட்டுமே வேண்டும் (கமிட்மென்ட்)
6. உறவுகள் மேம்பட (Secrets of Managing People)
7. சிறந்த நிர்வாகி ஆவது எப்படி?
8. மேனேஜ்மென்ட் குரு கம்பன்
9. நாட்டுக் கணக்கு
10. நாட்டுக்கணக்கு -2 - இந்திய பொருளாதாரம் அன்றும் இன்றும்
11. வீட்டுக் கணக்கு
12. நேரத்தை உரமாக்கு (காலம் உங்கள் காலடியில் - 2)
13. அதிர்ந்த இந்தியா

சுயமுன்னேற்றம்

1. எமோஷனல் இண்டெலிஜென்ஸ் 2.0
2. இட்லியாக இருங்கள் - எமோஷனல் இண்டெலிஜென்ஸ்
3. தடை யேதுமில்லை (சுயமுன்னேற்றக் கட்டுரைகள்)
4. மன அழுத்தம் விரட்டலாமா (மாணவர்களுக்கு -யுனெஸ்கோவுக்காக)
5. உஷார் உள்ளே பார் (மனமும் சக்தியும்)
6. ஆல் தி பெஸ்ட் ! (நேர்முகங்களில் வெற்றி பெறுவது எப்படி?)
7. தள்ளு (மோட்டிவேஷன்)
8. சின்னத் தூண்டில் பெரிய மீன்
9. சிறு துளி பெரும் பணம்
10. டீன் தரிகிட (பதின் பருவத்தினருக்கு)
11. சொல்லாததையும் செய்!
12. மனதோடு ஒரு சிட்டிங்
13. இவ்வளவுதானா நீ?
14. முன்னேற்றம் இந்தப் பக்கம்
15. எல்லோரும் வல்லவரே
16. காதலில் இருந்து திருமணம் வரை

ஆன்மிகம்

1. எங்குமிருப்பவர் (சாய் சரிதம்)

'டின்' தரிகிட

சோம. வள்ளியப்பன்

'டீன்' தரிகிட
'Teen' Tharikida
Soma Valliappan ©

First Edition: April 2007
Second Edition: September 2019
120 Pages
Printed in India.

ISBN 978-81-8368-357-9
Kizhakku - 224

Kizhakku Pathippagam
177/103, First Floor, Ambal's Building, Lloyds Road,
Royapettah, Chennai - 600 014. Ph: +91-44-4200-9603
Email : support@nhm.in   Website : www.nhm.in

 kizhakkupathippagam   kizhakku_nhm

Author's Email: writersomavalliappan@gmail.com
                baluvalliappan5@gmail.com

Author's Website : www.writersomavalliappan.in

Cover Image: Shutterstock ©

Kizhakku Pathippagam is an imprint of New Horizon Media Private Limited

கனவு காண்போம்! கனவை நிஜமாக்கும்
மந்திர வித்தையைக் கற்போம்!

உள்ளே

விவசாயி ஒருவர் குதிரை ஒன்றை வளர்த்து வந்தார். ஒருநாள் அந்தக் குதிரை எங்கோ ஓடிப்போய் விட்டது. விவரமறிந்த அக்கம்பக்கத்தினர், அவருக்கு ஆறுதல் சொல்ல வந்தார்கள். 'என்ன ஒரு துரதிர்ஷ்டம் உங்களுக்கு...'

அவர் சொன்னார்: 'இருக்கலாம்.'
அவர்கள் போய்விட்டார்கள்.

அடுத்த நாள், அவருடைய குதிரை மூன்று முரட்டுக் குதிரை களுடன் வீடு திரும்பியது. இப்போதும் விஷயம் தெரிந்த அக்கம் பக்கத்தினர், 'உங்களுக்கு நல்ல அதிர்ஷ்டம்' என்றார்கள். அவர் இந்த முறையும், 'இருக்கலாம்' என்றார். அடுத்த நாள் அவருடைய மகன், அந்தப் புதிய முரட்டுக் குதிரையின் மேல் ஏறினான். அது அவனைக் கீழே தள்ளிவிட்டது. அவனுக்குக் கால் உடைந்து விட்டது. இப்போதும் ஊரார் வந்தார்கள். 'அடப்பாவமே! உங்களுக்கு துரதிர்ஷ்டம்தான்' என்றார்கள். பெரியவர், அமைதியாக 'இருக்கலாம்' என்றார்.

அடுத்த நாள், ஊருக்குள் ராணுவம் வந்தது. இளைஞர்கள் எல்லோரும் கட்டாயம் ராணுவத்தில் சேரவேண்டும்' என்றார்கள். பெரியவரின் மகனுக்குக் கால் உடைந்திருந்ததால், அவனை மட்டும் விட்டு விட்டார்கள். இப்போதும் ஊரார் வந்தார்கள். 'இந்த வயதான காலத்தில், உங்களுக்கு அதிர்ஷ்டம்தான்' என்றார்கள்.

பெரியவர் வழக்கம்போல, 'இருக்கலாம்' என்றார்.

எது அதிர்ஷ்டம்? எது துரதிர்ஷ்டம்? நடப்பது நடந்து கொண்டுதான் இருக்கும். நடந்து முடிந்த எல்லா விஷயங் களுக்கும் நமது விருப்பம்போல் விளக்கம் கொடுக்கலாம்.

ஆனால், முடிந்துபோன ஒரு விஷயத்துக்காக விளக்கம் கொடுப்பதைவிட, நடக்க வேண்டியதைச் சொல்பவர்களாக இருப்பதே சிறப்பு.

வாழ்க்கையில் சிலர் வெற்றி பெறுவதற்கும் வேறு சிலர் வெற்றியைத் தவற விடுவதற்கும் எவ்வளவோ காரணங்கள் உண்டு. அவற்றில் இரண்டு முக்கியமானவை. ஒன்று, செய்யக் கூடாதவற்றைத் தெரியாமல் செய்துவிடுவது. மற்றொன்று செய்யவேண்டியதைச் செய்யவேண்டிய நேரத்தில் செய்யாமல் விட்டுவிடுவது. நானும் வாழ்க்கையில் பலவற்றை மிகவும் தாமதமாகத்தான் தெரிந்துகொண்டேன். 'முன்பே இது தெரியாமல் போச்சே!' என்ற எண்ணம் அவ்வப்போது வரத்தான் செய்கிறது.

வாழ்க்கையின் பல்வேறு பருவங்களிலும் இந்தக் கேள்வி, நம்மைத் துரத்திக்கொண்டேதான் இருக்கிறது.

இந்த நிலை இன்னும் பத்து இருபது ஆண்டுகள் கழித்து, இன்றைய இளைய தலைமுறையினருக்கு வரக்கூடாது.

இந்தப் புத்தகம், இளைஞர்களுக்கானது. குறிப்பாக டீன் ஏஜ் என்று சொல்லப்படும் 13 முதல் 19 வயது வரையில் இருக்கும் இளவயதினருக்கும். பிரச்னைகளும் வாய்ப்புகளும் பயங்களும் ஆணுக்கும் பெண்ணுக்கும் வெவ்வேறானவை.

வெவ்வேறானவையாக இருந்தாலும் அவற்றை எப்படிச் சமாளிப்பது, பயன்படுத்திக்கொள்வது என்பதைப்பற்றி விரிவாகச் சொல்லித் தருவதே இந்தப் புத்தகம்.

– சோம. வள்ளியப்பன்

1

தகுதியானவனாக இரு, ஆசைப்படு!

பாபு. ஒரு பொதுத்துறை வங்கியில் நல்ல நிலைமையில் இருக்கும் ஒர் ஆபீஸர். நல்ல சம்பளம். தி.நகரில் சொந்தமாக ஒரு பிளாட். போக வர ஒரு கார். ஒரே மகனை நல்ல பள்ளியில் சேர்த்துவிட்டார்.

சரி, திருப்தியான வாழ்க்கை போலும் என்று நீங்கள் நினைத்தால், அது தவறு. பாபு உண்மையில் தவியாகத் தவித்துக் கொண்டிருந்தார். காரணம், நடேசன்.

பாபு சைக்கிள் வைத்திருந்தபோது, நடேசன் பஜாஜ் ஸ்கூட்டர் வைத்திருந்தான். அரும் பாடுபட்டு பாபு ஒரு ஸ்கூட்டர் வாங்கிய போது, நடேசன் கார் வாங்கிவிட்டான். நடேசனைப் போலவே டபுள் பெட்ரூமுக்கு ஆசைப்பட்டு, வளசரவாக்கத்தில் பிளாட் வாங்கிய நேரம், நடேசன் அடையாறில் தனி வீடு வாங்கி விட்டான். பாபு மாருதி 800 வாங்கியபோது, நடேசனிடம் ஒன்றுக்கு இரண்டு கார்கள்.

நடேசன், பாபுவைவிட எப்போதும் உயரத்திலேயே இருக்கிறான்.

நடேசனை நினைத்து நினைத்து பாபு இப்படிப் புலம்புவதுண்டு. 'சே! சின்ன வயதில் என்னைவிட மக்காக இருந்தவன்.'

சின்ன வயதில் தன்னைவிட மக்காக இருந்த ஒருவர், வாழ்க்கை யில் தன்னைவிடப் பத்துப் படிகள் உயரத்தில் இருக்க முடிகிறது. இந்த வித்தியாசத்துக்குக் காரணம் என்ன என்பதைப் பற்றித் தெரிந்து கொள்ளும் முன், பாபுவைப் பற்றிப் பார்த்துவிடலாம். பாபுவுக்குச் சிறு வயதிலிருந்தே கிரிக்கெட் என்றால் உயிர். பள்ளிக்கூடம் விட்டு வந்ததும் 'பேட்'டை எடுத்துக்கொண்டு போய் விடுவான். கையில் கிடைத்த காசெல்லாம், கிரிக்கெட் பேட்டாகவும் பாலாகவும் மாறும்.

அவன் அப்பாவுக்கு இதெல்லாம் பிடிக்கவில்லை. 'இவன் உருப்படவே போறதில்லை' என்று அடிக்கடி சொல்லுவார். அவர் கிரிக்கெட்டைப் பற்றிப் பேசினாலே பாபு எங்காவது காணாமல் போய்விடுவான். கிரிக்கெட்டுக்கே போகக் கூடாது என்று சொல்லிவிடுவாரோ என்ற பயம்.

கிரிக்கெட்டில் ஆர்வம் இருந்தது. ஆனால், இதுவரை அவன் அதிகம் எடுத்த ரன்கள் மிகக் குறைவு. ஒரே ஒரு முறை இருபது ரன்கள் அடித்திருக்கிறான். ஒரு மேட்சிலாவது இருபத்தைந்து ரன்கள் அடித்துவிட வேண்டும் என்பது அவனது லட்சியமாகவே இருந்தது. கிரிக்கெட்டுக்காக எதுவும் செய்யத் தயாராக இருந்தான் பாபு. தீபாவளிக்குத் துணி எடுக்கும்போதுகூட, வெள்ளை பேண்ட், சட்டையாக எடுத்துக்கொண்டான். கிரிக்கெட்டுக்கு என்று சொன்னால் திட்டு விழும். எப்படியோ அம்மாவிடம் கொஞ்சம் கொஞ்சமாக ஐஸ் வைத்து கிரிக்கெட் ஷூ ஒன்று வாங்கி வைத்திருந்தான்.

சனி, ஞாயிறு வந்து விட்டால் போதும். எப்படியாவது நண்பர் களை ஒன்று திரட்டிவிடுவான். அவனே போய் பல டீம்களில் பேசி மேட்சுக்கு ஏற்பாடு செய்துவிடுவான்.

முக்கியமான மேட்சுகளில் அவனைச் சேர்த்துக்கொள்ளா விட்டால், மிகவும் வருத்தப்படுவான்.

பன்னிரண்டாம் வகுப்புத் தேர்வு முடிவுகள் வந்தபொழுது வீட்டில் எல்லோரும் ஆடிப்போய்விட்டார்கள். மிகக் குறைந்த மதிப்பெண்கள்.

அப்பாவுக்கும் அம்மாவுக்கும் அந்த நிமிடமே அவன் மீது இருந்த நம்பிக்கை சுத்தமாகப் போய்விட்டது. யார் யாரையோ பார்த்துப் பேசி ஒரு நல்ல கல்லூரியில் B.Com சேர்த்துவிட்டார்கள்.

அந்தக் கல்லூரியிலும் கிரிக்கெட் டீம் இருந்தது. பாபுவின் பேட்டிங் நன்றாக இருப்பதாக, பி.டி. மாஸ்டர் சொன்னார். பாபுவுக்குச் சந்தோஷம் தாங்கவில்லை. கல்லூரிக்காக கிரிக்கெட் ஆடத் தொடங்கினான்.

ஒருவழியாக B.Com பாஸ். எத்தனையோ இடங்களில் வேலை தேடி அலைந்து கடைசியில் ஒரு தனியார் வங்கியில் வேலைக்குச் சேர்ந்தான். குறைவான சம்பளம். வேலைக்குச் சேர்ந்த பிறகுதான், பாபுவுக்கு விவரம் புரிந்தது. வங்கிகளுக்கான CAIIB தேர்வுகள் எழுதி, நான்கு வருடங்கள் கழித்து ஆபீஸர் ஆனான்.

பாபுவின் பெரியப்பா பையன் நடேசன். பாபுவைவிட இரண்டு வயது சிறியவன். சின்ன வயதில் பாபுவைப் பார்த்தாலே பயப்படுவான். 'அண்ணே அண்ணே' என்பான். இப்பொழுது நடேசன், சாஃப்ட்வேர் பார்க்கில் ஒரு பெரிய கம்பெனியில் வேலையில் இருக்கிறான். மாதச் சம்பளம் இருபதாயிரம் ரூபாய்.

'என்ன டிப்டாப்பாக இருக்கிறான்! எப்படிப் பேசுகிறான்! எல்லாம் படிப்பு செய்த வேலை... நாமும் அப்பவே நடேசனைப் போல படிச்சிருக்கணும்' என்று பாபுவுக்குத் தோன்றும். இனிமேல் என்ன செய்யமுடியும்? அப்போதே செய்திருக்க வேண்டும். இவ்வளவு பெரிய வித்தியாசம் வருமென்று தெரியாமல் போயிற்றே' என்று அவனுக்குள் ஆச்சரியப்படுவான்.

'கிரிக்கெட் விளையாடிக்கிட்டே எவ்வளவோ நாள் வீணாப் போயிடுச்சு. படிப்புலயும் கொஞ்சம் கவனம் செலுத்தியிருக்க லாம்' என்று தோன்றும். என்ன செய்ய முடியும்? போன நேரம் போனதுதான். இந்த வித்தியாசம் நாளுக்கு நாள் அதிகரித்துக் கொண்டே போகுமே தவிர, குறையாது.

படிக்காதவர்கள் முன்னேறவில்லையா?

முன்னேற்றத்துக்குப் படிப்பு அவசியமா?

படிக்காமலேயே எவ்வளவோ பேர் வாழ்க்கையில் முன்னுக்கு வந்திருக்கிறார்களே? முன்னாள் முதலமைச்சர் காமராஜர் படிக்கவில்லைதான். ரிலையன்ஸ் என்ற மாபெரும் நிறுவனத்தை உருவாக்கிய திருபாய் அம்பானி பெரியதாகப் படிக்கவில்லை தான். நிறைய உதாரணங்கள் சொல்லிக்கொண்டே போகலாம். படிக்காமலும் வாழ்க்கையில் முன்னேறியிருக்கிறார்கள்.

அப்படியென்றால் படிப்பு முக்கியம் என்று ஏன் சொல்ல வேண்டும்?

●

ஆங்கிலத்தில் Rules and Exceptions என்பார்கள். விதிகளும் விதிவிலக்குகளும்.

சமீபத்தில் ரஜினி நடித்த இரண்டு படங்கள் எப்படி ஓடியது?

'சந்திரமுகி' எழுநூறு ப்ளஸ் நாள்கள். 'பாபா' டப்பா.

ரஜினி நடித்த படங்கள் நன்றாக ஓடும் என்பது ரூல். பாபா விதிவிலக்கு. 'படி. நிச்சயம் முன்னேறலாம்' என்பது உண்மை. ஒருவேளை படிக்காமல் விட்டுவிட்டு, முன்னேற முடியாமல் போய்விட்டால் நமக்குத்தான் நஷ்டம்.

எல்லோரும் வசதியாக வாழ்ந்துகொண்டிருப்பார்கள். நாம் மட்டும் ஏதோ ஒரு வேலையைச் செய்துகொண்டு கொடுக்கும் சம்பளத்தை வாங்கிக்கொண்டு வாழ்க்கையை ஓட்ட வேண்டுமா? செய்ய வேண்டிய விஷயங்களை நேரத்துக்குச் செய்யாமல் விட்டுவிட்டு, பாபு போல சலித்துப் போய் உட்கார வேண்டுமா?

காமராஜர் படிக்காமலே முன்னேறியவர்தான். படிக்காமலே முன்னேறலாம் என்று அவர் எப்போதாவது சொல்லியிருக்கிறாரா? குழந்தைகள் படிக்கவேண்டும் என்றுதானே ஆசைப்பட்டார். மதிய உணவுத் திட்டத்தை அறிமுகப்படுத்தினார். அவருக்குத்தான் படிப்பின் அருமை புரிந்திருந்தது.

படித்தவர்கள் முன்னேறாமல் போனதாகச் சரித்திரம் இல்லை.

படிக்காமல் முன்னேற நிறைய சிரமப்பட வேண்டும்.

சரி, நம்முடைய திறமையைக்கொண்டே நாம் நல்ல நிலைமைக்கு வந்துவிடுகிறோம். அந்தத் திறமையுடன் படிப்பும் இருந்துவிட்டால், இன்னும் நல்ல நிலைக்கு வரலாமே! இன்ஃபோசிஸ் நாராயணமூர்த்தியும் பில்கேட்ஸூம் அப்படித் தானே செய்தார்கள்.

இந்தியாவின் மிகப் பெரும் பணக்காரர்கள் டாட்டா, பிர்லா. அவர்களுடைய பிள்ளைகள் படிக்கவில்லையா? படிக்காமலே முன்னேறலாம் என்று அவர்கள் நினைக்கவில்லையே.

ஹார்வேர்ட், ஸ்டாண்போர்ட் பல்கலைக்கழகங்கள் என்று எங்கெல்லாமோ அலைந்து படிக்கிறார்கள்.

காரணம், எவ்வளவு பணமிருந்தாலும், படிப்பு முக்கியம்; பணத்தைக் காப்பாற்றவும், பெருக்கவும்.

பணக்காரர்கள்தான் என்றில்லை. தன் திறமையால் வாழ்க்கை யில் மிகப்பெரிய சிகரங்களைத் தொட்டவர்கள்கூட அப்படித்தான் ஆழமாக நம்புகிறார்கள்.

•

மும்பையில் கிரிக்கெட் விளையாட்டில் அப்போதுதான் பிரபலமாகிக்கொண்டிருந்தார் டெண்டுல்கர். பத்திரிகைகளில் அவரைப் புகழ்ந்து எழுதிக்கொண்டிருந்தார்கள். மேற்கு இந்தியத் தீவுகளுக்கு எதிரான போட்டியில் விளையாட இந்திய அணியினரைத் தேர்வு செய்ய இருந்தார்கள். டெண்டுல்கரையும் அணியில் சேர்க்கக் கூடும் என்ற எதிர்பார்ப்பு நிலவியது.

ஆனால் அவர் சேர்க்கப்படவில்லை. பதினைந்து வயதே ஆன டெண்டுல்கருக்கு, கவாஸ்கரிடமிருந்து கடிதம் வந்தது. டெண்டுல்கரின் திறமைகளைப் பற்றி அறிந்திருந்த கவாஸ்கர், அவருடைய சாதனைகளைப் பாராட்டியிருந்தார்.

'நீ மன உறுதியுடன் விளையாடுகிறாய், கீப் இட் அப்' என்று சந்தோஷப்படுத்தியிருந்தார். விஷயம் அதுவல்ல, கடிதத்தின் கடைசி வரிகள்தான்.

'விளையாட்டுக்காக உன் படிப்பை ஒதுக்கிவிடாதே. என் அனுபவத்தில் சொல்வதானால், நீ எந்தத் துறையைத்

தேர்ந்தெடுத்தாலும் உனது கல்விதான் உன்னைப் பல சிரமமான சூழ்நிலைகளில் இருந்து காப்பாற்றும்.

God bless you.

●

படித்த படிப்புக்கும் செய்யும் வேலைக்கும் எந்தவிதமான சம்பந்தமும் இல்லாமல் நிறையப் பேர் இருக்கிறார்கள். மூட்டை தூக்குபவர் ஒரு மணி நேரத்தில் என்ன சம்பாதிப்பார்? இருபத்தைந்து ரூபாய் இருக்குமா? கோர்ட் வாசல்களில் உட்கார்ந்து எழுதிக் கொடுப்பார்களே, அவர்களுக்கு ஒரு மணி நேரத்துக்கு என்ன வருமானம் இருக்கும்? 40, 50 ரூபாய்?

சரி, அதே ஒரு மணி நேரம் டைப் அடித்துக் கொடுத்தால்?

இன்னும் இருபது ரூபாய் கூடுதலாகக் கிடைக்கலாம்.

சரி, சாஃப்ட்வேர் எஞ்சினியருக்கு ஒரு மணி நேரத்துக்கு எவ்வளவு சம்பளம் இருக்கும்?

மாதச் சம்பளம்தான். ஆனால், அதையே ஒரு மணி நேரத்துக்கு என்று கணக்கிட்டால், 125 முதல் 250 ரூபாய் வரை கிடைக்கும்.

அவரவர் அனுபவத்தைப் பொறுத்தது.

சரி. அடுத்து, ஒரு வியாபார ஆலோசகருக்கு (Business Consultant) ஒரு மணி நேர வருமானம் என்ன? அது அவரவர் துறையைப் பொறுத்து மாறும். சில மிகச் சிறந்த கன்சல்டண்ட்டுகளுக்கு. கேரி ஹாமல், யாமகுச்சி, சோப்ரா போன்றவர்களுக்கு எட்டு மணி நேர நிகழ்ச்சிகளுக்கு ஒரு லட்சம், இரண்டு லட்ச ரூபாய் வரை ஊதியம் கொடுக்கிறார்கள். அவர்களுடைய வருமானத்தை ஒரு மணி நேரத்துக்கு எவ்வளவு என்று கணக்கிட்டால், தலையைச் சுற்றும். 12,500 ரூபாய் முதல் 25,000 ரூபாய் வரை.

படிக்காமல் வேலை செய்தால், மூட்டைத் தூக்குபவருக்கான கூலிதான் கிடைக்கும். படிப்பும் அதன் மூலம் நம்முடைய தகுதியும் அதிகரிக்க அதிகரிக்க, நமது உழைப்புக்குக் கிடைக்கும் வருமானமும் அதிகரிக்கும். இன்று, MBA போன்ற படிப்புகளை நல்ல கல்வி நிறுவனங்களில் படித்து முடித்து வெளிவருபவர் களுக்குக் கிடைக்கும் மாத ஊதியம், 30,000 ரூபாய் முதல் 8.25

லட்ச ரூபாய் வரை, IIMA கல்வி நிறுவனத்தில் படித்து 2007-ம் ஆண்டு வெளிவர இருக்கும் ஒரு மாணவனுக்கு பார்கிளேஸ் கேபிட்டல் என்ற நிறுவனம், வருடத்துக்கு 2.25 லட்சம் டாலர் சம்பளம் கொடுக்க முன் வந்திருக்கிறது. இன்றைய இந்திய ரூபாய் மதிப்பில் சுமார், ஒரு கோடி.

தொடக்கத்திலேயே பத்தாயிரம் ரூபாய் கொடுக்கக் காத்திருக்கும் நிறுவனங்கள் எவ்வளவோ இருக்கின்றன. அதற்கான தகுதியை நாம்தான் வளர்த்துக்கொள்ள வேண்டும்.

பாபு படித்தது சாதாரண பட்டப்படிப்புதான். நடேசன் படித்தது தொழிற்படிப்பு. இரண்டுக்குமே நிறைய வித்தியாசங்கள் உண்டு. பாபு அவர் படித்த படிப்புக்கேற்ப ஒரு வேலையில் இருக்கிறார். அவரைவிட நன்கு படித்த, படிப்பை மட்டுமே முழு மூச்சாகக் கொண்ட நடேசன், பாபுவைவிட, நல்ல வேலையில் இருக்கிறார்.

தகுதி உடையவனாக இரு, ஆசைப்படு.

போட்டியைக் கண்டு மிரள வேண்டாம். அச்சச்சோ இத்தனை பேரா என்று பதற வேண்டாம்.

உங்கள் போட்டி எந்த நேரமும் தொடங்கலாம். அரங்கம் உங்களுக்காகக் காத்துக்கொண்டிருக்கிறது. வா, வா என்கிறது வாழ்க்கை.

போட்டிக்குத் தயாராருங்கள். தேவையான பயிற்சிகளை எடுத்துக் கொள்ளுங்கள். வெற்றி நிச்சயம் உங்களுக்குத்தான்.

2

படிக்க வேண்டுமா?

இருபத்தைந்து வருடங்களுக்கு முன் சென்னை கிறிஸ்துவக் கல்லூரியில் பட்டப்படிப்பு படித்தவர். பின்பு ஐஐஎம் கல்கத்தாவில் MBA, பின்பு அமெரிக்கா யேல் யூனிவர்சிட்டியில் படிப்பு. கொஞ்ச நாள் வெவ்வேறு நிறுவனங்களில் வேலை பார்த்தார். இப்போது பெப்சிகோ நிறுவனத்தின் தலைமை அதிகாரி. அமெரிக்காவை தலைமையிடமாகக் கொண்டு நூற்றுக்கும் அதிகமான நாடுகளில் வியாபாரம் செய்யும் பெப்சிகோவின் ஒரு வருட டர்ன் ஓவர், 32 பில்லியன் டாலர்கள். (சுமார் ஒரு லட்சத்து 44 ஆயிரம் கோடி ரூபாய்கள்). இவற்றுக்குப் பொறுப்பான அந்தத் தலைமை அதிகாரி, இந்திரா நூயி என்ற பெண்மணி. நிச்சயம் அவருடைய படிப்பும் அதனால் கிடைத்த அறிவும் மதிப்பும் அவரை அந்தப் பொறுப்புக்குத் தகுதியானவராக மாற்றியது.

சாதாரணப் படிப்பு படித்தவரையா அவ்வளவு பெரிய பொறுப்பில் உட்கார வைக்கமுடியும்.

சாதாரணப் படிப்பு படித்த ஒருவரை அந்த மாபெரும் அமெரிக்க நிறுவனம் தலைமை அதிகாரியாகத் தேர்வு செய்யுமா, நிர்வாகம் செய்யச் சொல்லுமா? அவருடைய படிப்புதான் அவரை அவ்வளவு தூரம் அழைத்துச் சென்றது.

படித்தவர்கள் எல்லோரும் அவரைப்போல, உச்சங்களுக்குப் போகவில்லையே!

பதில் என்ன தெரியுமா? ஆமாம். படித்தால் மட்டும் போதாது. படிப்பதால் மட்டுமே சிகரங்களை அடைய முடியாது. படிக்க வேண்டியது மிகவும் அவசியம். அதைத் தவிர்க்கவே கூடாது. அதேசமயம், அது மட்டுமே போதும் என்று உட்கார்ந்து விட முடியாது. இதனை ஆங்கிலத்தில் Necessary but Sufficient என்று சொல்வார்கள்.

இந்திரா நூயியின் தாயார், நூயியையும் அவரது தங்கையையும் மிகுந்த தன்னம்பிக்கைக் கொண்டவர்களாகவும் மிகப்பெரிய பொறுப்புகளைப் பற்றிச் சிந்திப்பவர்களாகவும் வளர்த்திருக்கிறார். சின்ன வயதிலேயே பெரிய விஷயங்களைப் பற்றி யோசிக்க வைப்பது. அவர்கள் தவறாக யோசித்ததைப் புரியவைத்து மாற்றிச் சொல்லிக் கொடுப்பது. சிறுவயதிலேயே பல பெரிய விஷயங்களைப் பற்றிப் புரியவைப்பதால், அவர்களும் சிக்கலான விஷயங்களைக்கூட எளிதாகச் சமாளிப்பதுபற்றி யோசிப்பார்கள்.

தினமும் அவர்கள் வீட்டில் உணவு மேசையில் பேச்சுப் போட்டிகள் நடக்கும். ஒவ்வொரு நாளும் ஒவ்வொரு தலைப்பு கொடுப்பார் அவருடைய அம்மா. இந்தியாவிலிருந்து அமெரிக்காவுக்கு வேலைக்குப் போகும் ஒரு பெண்ணுக்கு என்ன விதமான பிரச்னைகள் வரும்? முதல் பிரச்னை சாப்பாடு. சீதோஷ்ண நிலைகள். அதற்குத் தகுந்த உடைகள். தெரிந்த ஆங்கிலமே ஆனாலும் அமெரிக்க உச்சரிப்பு. இதெல்லாம் பழகிக்கொள்ள வேண்டியதுதான்.

புதிதாக வேலைக்குச் சேர்ந்த அலுவலகத்தில் பலருடனும் பேசிப் பழக வேண்டுமல்லவா? 'நான் ஒரு பெண். நான் எப்படி சகஜமாய்...' என்பதுபோன்ற தேவையற்ற கூச்சம், பயம்,

தயக்கம், இவை எதுவும் நூயியிடம் அறவே கிடையாது. அவர் வளர்ந்த விதம் அப்படி. அலுவலகத்தில் அலுவலக வேலைதான் செய்யவேண்டும். இருந்தாலும் எப்போதும் எல்லோருடனும் வேலை பற்றியே பேசிக்கொண்டிருக்க முடியுமா? நாமெல்லாம் தினமும் எத்தனையோ பேரிடம் பேசிக்கொண்டிருக்கிறோம். எவ்வளவோ விஷயங்களைப் பற்றிப் பேசுகிறோம். அதே போல்தான் அலுவலகங்களிலும் அரசியல், நாட்டு நடப்பு, விளையாட்டுகள், தினசரி நடக்கும் செய்திகள், அக்கம் பக்கத்தில் உள்ளவர்களைப் பற்றிய பல்வேறு தகவல்கள் என்று பலவற்றையும் பேச வேண்டிவரும்.

நூயி வேலை பார்த்த அலுவலகத்தில், நிறையப் பேர் பேஸ்பால் பைத்தியமாக இருந்திருக்கிறார்கள். அவர்களோடு பேச ஆரம்பித்தால், என்ன விஷயம் பேசிக்கொண்டிருந்தாலும் பேச்சு திசைமாறி பேஸ்பாலில் வந்து முடியும்.

நூயிக்கு பேஸ்பால் பற்றி ஒன்றும் தெரியவில்லை. அந்த விளையாட்டைப் பற்றிக் கேள்விப்பட்டதோடு சரி. அதுவும் இவர் அமெரிக்காவுக்குப் போன நேரம் எங்கு பார்த்தாலும் பேஸ் பால் அல்லது ஃபுட் பால் மேட்சுகள்.

அலுவலகத்தில் மற்றவர்களோடு பழக்கம் ஏற்பட்டால்தான் வேலையில் நல்ல முன்னேற்றம் ஏற்படும். அலுவலகத்தில் இருப்பவர்கள் எல்லோரும், 'பேஸ் பால் பற்றி உனக்கு எதுவும் தெரியாதா? சரி, போய் வேலையைப் பார்' என்பதுபோல் இருந்தார்கள். சக பணியாளர்களிடம் பழக வேண்டுமானால், பேஸ்பால் பற்றித் தெரிந்துகொள்ளவேண்டும்.

நூயி கடைகடையாகப் போனார். பேஸ்பால் பற்றி கிடைத்த புத்தகங்களை எல்லாம் வாங்கிக்கொண்டார். வீட்டுக்கு வந்ததும் தேர்வுக்குப் படிப்பதுபோல, சீரியஸாகப் படித்தார். அதோடு விடவில்லை மேடம். பேஸ்பால் விளையாட்டுப் போட்டிகள் நடைபெறும் இடங்களுக்குப் போக ஆரம்பித்து விட்டார். ஆரம்பத்தில் புரிகிறதோ இல்லையோ கற்றுக்கொள்ள வேண்டும் என்று பார்த்தார். எல்லோரும் கைதட்டினால் இவரும் கைதட்டுவார். கொஞ்சம் கொஞ்சமாக அந்த ஆட்டத்தைப் புரிந்துகொண்டார். ரசிக்கத் தொடங்கினார்.

பேஸ்பால் விஷயம், ஒரு சிறு உதாரணம்தான். அமெரிக்க கலாசாரம் சார்ந்த பலவற்றையும் நூயி ஒவ்வொன்றாக

அறிந்துகொண்டார். அமெரிக்காவில்தான் பிழைப்பு என்று முடிவு செய்து வந்தாகிவிட்டது. Be a Roman in Rome. என்பது போலத்தான் அவருடைய வாழ்க்கையையும் மாற்றிக்கொண்டார்.

இந்த அணுகுமுறையும் சின்சியாரிடியும்தான், இந்திரா நூயியை உலகின் மிக அதிக சக்தி வாய்ந்த முதல் கார்ப்பரேட் பெண்மணியாக (Most Powerful Corporate Women in the world) உயர்த்தியிருக்கிறது.

படிப்பு அவசியம். ஆனால் அது மட்டுமே போதாது என்பது சரிதானே! இரண்டு நபர்களைப் பார்த்திருக்கிறோம். படிக்கும் காலத்தில் கிரிக்கெட்டே வேலையாக இருந்த பாபு. மற்றொருவர் யூனிவர்சிடி யூனிவர்சிடியாகப் போய்ப் படித்த இந்திரா நூயி. ஒருவருக்குப் படிக்கவேண்டும் என்ற ஆர்வமே இல்லை. இன்னொருவருக்கு எல்லாவற்றையும் கற்றுக்கொள்ள வேண்டும் என்பதே லட்சியம். இரண்டும் இருவேறு துருவங்களாக இருந்தாலும், இரண்டு பேரிடமிருந்தும் நிறையத் தெரிந்துகொள்ளலாம்.

இளமைப் பருவத்தில் இருக்கும்போது, என்னவெல்லாம் செய்யக் கூடாது, என்னென்ன செய்யவேண்டும். அதற்கு இரண்டு பேர் வாழ்க்கையிலிருந்தும் கொஞ்சம் தெரிந்துகொண்டோம்.

இன்னும் எவ்வளவோ பிரச்னைகள், எல்லாவற்றையும் இவர்களை வைத்தே சொல்லிவிட முடியுமா? கொஞ்சம் கொஞ்சமாக எல்லாப் பிரச்னைகளைப் பற்றியும் தெரிந்துகொள்ளலாம். சரி, இந்த இளைய பருவத்தில் என்னென்ன பிரச்னைகள் வரும்?

- காதல்.

- படிக்கப் பிடிக்காமல் போவது.

- படிப்பைவிட, மற்ற விஷயங்களில் ஆர்வம் அதிகரித்தல்.

- வீட்டில் பணம் கிடைக்காதபோது, சின்னச் சின்னத் திருட்டு.

- நமக்குப் பிடித்த பல விஷயங்களை ரகசியமாகச் செய்து பார்ப்பது.

- சினிமா என்ற கனவு.

- எதிர்காலம் குறித்த பயம்.

- பெற்றோர் நம்மைப் புரிந்துகொள்ளவில்லை என்ற குற்றச்சாட்டு.

- தேர்வு குறித்த பயம், தேர்வில் தோல்வி, தோல்வியினால் தற்கொலை எண்ணம்.

- அவமானம், துரோகம் போன்றவற்றைச் சகிக்கமுடியாமை.

இப்படி எவ்வளவோ பிரச்னைகள் இருக்கின்றன. இந்தப் பிரச்னைகளை மட்டும் பேசித் தீர்வு சொல்லிவிட முடியுமா? அந்தப் பிரச்னைகளைச் சந்தித்த நபர்களைப் பற்றியும் கொஞ்ச மாவது சொல்ல வேண்டும்.

ஒரு சிலரைப் பற்றிய அறிமுகம் மட்டும் முதலில். பின்னர் அவர்கள் சந்தித்த பிரச்னைகள், எப்படிச் சமாளித்தார்கள், அவர்கள் செய்தது என்ன, செய்யாமல் விட்டது என்ன? - இவை எல்லாவற்றையும் பார்க்கலாம்.

முதலில் அறிமுகம் மட்டும்.

●

ராஜ்மோகன். வயது 29. வேலை தேடிக்கொண்டிருப்பவர். அவருக்குக் கல்யாணம் செய்து பார்த்து விட வேண்டும் என்ற ஆசையில் அவர் அம்மா.

ராஜ்மோகனுக்கும் கல்யாணம் செய்துகொள்ள விருப்பம்தான். ஆனால், வேலைக்குப் போகாமல் திருமணம் செய்துகொள்ளத் தயக்கம். அப்படியே செய்துகொண்டாலும், குடும்பம் நடத்தத் தேவையான பணத்தை அம்மாவிடமே கேட்க வேண்டும். இதனாலேயே கல்யாணம் செய்துகொள்ளாமல் தள்ளிப் போட்டுக்கொண்டிருப்பவர்.

இரண்டாவது நபர் பாஸ்கர்.

தனியார் நிறுவனம் ஒன்றில் வேலை செய்கிறார். பிடித்தம் போக கையில் 6000 வரும். முதல் நான்கு வருடங்கள் பயிற்சி நிலைப் பணியாளர். அடுத்த எட்டு வருடங்களாக அதே நிறுவனத்தில் தினசரிச் சம்பளம் வாங்கும் ஊழியராகவே இன்னும் இருக்கிறார்.

பாஸ்கரின் முதல் பெண் ஏழாவது படிக்கிறாள். இரண்டாவது பெண் ஐந்தாம் வகுப்பு. குழந்தைகளின் படிப்புக்காக ஏகப்பட்ட கடன். பாஸ்கரின் வயது 43.

மூன்றாமவர் சீனுவாசன். சீனுவாசன் வயது நாற்பத்து ஆறு. வேலை திருப்தியில்லை என்று வீட்டுக்கு அனுப்பக் காத்திருக்கிறார்கள். வீட்டிலும் அவருக்கு மரியாதை இல்லை. இதெல்லாம் தவிர, அவருடைய பெரிய பிரச்னை, மற்றவர்களைப் போல அவரால் நினைத்ததை எல்லாம் சாப்பிடமுடியாது. வயிறு முழுக்கப் புண்ணாகிவிட்டது. பலவித ஆன்டிபயாடிக்ஸ் மாத்திரைகளைப் பல வருடங்களாகத் தொடர்ந்து சாப்பிட்டதன் விளைவு. மோர் சாதம் மட்டும்தான். அதையும் கரைத்துத்தான் குடிக்கவேண்டும்.

அடுத்த நபர், 43 வயதான பாலசுப்ரமணியம். சுருக்கமாக பாலா. பாலாவுக்கு ஒரு பொதுத்துறை நிறுவனத்தில் கௌரவமான வேலை. திருமணமாகி இருபது வருடங்கள் ஆகிவிட்டன. இன்னும் குழந்தை பிறக்கவில்லை. பாலாவின் மனைவியிடம் எந்தப் பிரச்னையும் இல்லை. சமீபயாக, பாலாவுக்கு பைபாஸ் சர்ஜரி நடந்தது. தனக்கு ஒரு வாரிசு வேண்டும் என்று ஒரு பெண் பிள்ளையைத் தத்தெடுத்துக்கொண்டார்.

சிறு வயதிலேயே இறந்து போன இன்னொருவர். பெயர் வெங்கடாசலம். வெங்கி, பாடி பில்டிங் செய்து உடலை கட்டுமஸ்தாக வைத்திருப்பான். அப்போதைய ஸ்டெப் கட்டிங். பெல்பாட்டம். பெரிய காலர் வைத்த சில்க் சட்டை. 1970-களில், பெரிய காலர் வைப்பதுதான் ஃபேஷன். எப்போதும் சிகரெட் பிடிப்பவன். ஒரு மைனர் என்றுதான் சொல்லவேண்டும்.

கல்லூரிப் படிப்பு முடித்த வருடம், வெங்கி இறந்து போனான். வெங்கியின் உடலை வெள்ளைத் துணியில் வைத்து, சுருட்டிக் கொடுத்துவிட்டார்கள். வீட்டுக்கு எடுத்துப் போகவேண்டாம் என்று மருத்துவமனையில் சொல்லியனுப்பினார்கள். வெங்கியின் உடல் நம்ப முடியாத அளவு சிறுத்திருந்தது. கன்னங்கள் மிகவும் ஒட்டிப்போய் அடையாளமே தெரியவில்லை. மிக நெருங்கிய உறவினர் வட்டத்துக்கு மட்டும் தகவல் தெரிவித்துவிட்டு, வெங்கியை உடனடியாக

எரித்துவிட்டார்கள். கூடிக் கூடிப் பேசிக்கொண்டார்கள். வெங்கியின் மறைவுக்குக் காரணம், HIV.

சமீபத்தில் கொடைக்கானலில் ஒரு மாநாடு நடந்தது. '2007-ம் வருடம் நம்முடைய சமுதாயத்துக்காக நாம் என்ன செய்ய வேண்டும்?' என்று பேசி முடிவெடுத்தார்கள். அந்த மாநாட்டில் திருச்சி பெல்சிட்டி ரோட்டரேக்ட்டின் தலைவராகத் தேர்ந்தெடுக்கப்பட்டவர் மதியழகன். பதினைந்து ரோட்டரேக்ட் குழுக்கள் பங்கெடுத்துக்கொண்ட அந்த மாநாட்டில், போட்டி யின்றித் தேர்ந்தெடுக்கப்பட்ட மதியழகனின் வயது 19. B.SC., படித்தவர். ICICI வங்கியில் மார்கெட்டிங் எக்ஸிக்யூட்டிவாகப் பணியாற்றுபவர்.

கனடாவுக்கு அருகில் 350 ஏக்கரில் ஒரு குட்டித் தீவு. தீவின் விலை சுமார் 31 கோடி ரூபாய். வாங்கியவர் ஒரு தமிழர். பெயர் சுதந்திரன். மருத்துவக் கருவிகள் தயாரிப்பதற்காக, அந்தத் தீவை வாங்கியிருந்தார் சுதந்திரன். அந்தக் குட்டித் தீவில் தொடங்கப் பட்ட பெஸ்ட் மெடிக்கல் நிறுவனத்துக்கு, இன்று உலகின் பல்வேறு நாடுகளிலும் கிளைகள் உண்டு.

31 கோடி செலவழித்து ஒரு குட்டித் தீவையே விலைக்கு வாங்கிய சுதந்திரன், படித்துக்கொண்டிருந்த காலத்தில் பாடப் புத்தகங்கள் வாங்குவதற்குக்கூட, பணம் இல்லாமல் கஷ்டப் பட்டவர்.

●

சரத்பாபுவுக்கு அம்மா மட்டும்தான். அம்மா ஒரு பள்ளி ஆசிரியை. கூடுதல் வருமானத்துக்காக - இட்லி, தோசை சுட்டு வியாபாரம் செய்தவர்.

மகனின் படிப்பு மட்டுமே முக்கியம் என நினைத்த அந்தத் தாயின் ஆசையை மிகச் சரியாகப் புரிந்துகொண்டு நிறைவேற்றினார் சரத் பாபு. இந்தியாவின் நம்பர் 1 என்று சொல்லப்படும் IIM அகமதாபாதில் MBA படித்துமுடித்தார். வேலைக்குப் போயிருந்தால், அவருக்கு மாதச் சம்பளமாக நான்கு லட்ச ரூபாய் கிடைத்திருக்கும். ஆனால், அவர் சொந்தமாக ஒரு நிறுவனம் தொடங்க ஆசைப்பட்டார்.

2006-ம் ஆண்டு 'ஃபுட் கிங்' என்ற பெரிய நிறுவனத்தைத் தொடங்கினார். தொடங்கி வைத்தவர் இன்ஃபோசிஸ் நிறுவனத்தின் தலைவர் நாராயணமூர்த்தி.

●

ஜஸ்பீர் சிங், ஹார்ஸ் உதய் (Horse Uday), ஐயர் சேகர் மற்றும் ராணிப்பேட்டை சந்திரசேகர்.

இவர்கள் நால்வரும் இப்போது உயிருடன் இருந்தால் 40 - 46 வயதுக்குள் இருக்கக்கூடும். சாலை விபத்தில் இந்த நால்வருமே இறந்து போனார்கள்.

●

ஜிப்மர் மருத்துவமனை. இளநிலை மருத்துவராக வலம் வரும் தயாநந்தி குருவம்மாவின் வயது 25.

சுயநிதிக் கல்லூரிகளில் மருத்துவப்படிப்பு படிக்கக் கட்டணமாக 25 லட்ச ரூபாய் கட்டவேண்டும். அதன் பிறகு ஒவ்வொரு வருடமும் சுமார் மூன்றரை லட்ச ரூபாய் வரை செலவு. மூன்று வருடத்துக்கு மொத்தம் 32.5 லட்ச ரூபாய் வரை ஆகும்.

தயாநந்தி குருவம்மா மருத்துவப் படிப்புக்காக, ஆண்டு ஒன்றுக்கு கட்டிய கல்விக் கட்டணத் தொகை 250 ரூபாய். மற்ற கட்டணங்கள் வருடத்துக்கு 1,200 ரூபாய்.

இது எப்படி முடியும் என்று நினைக்கலாம். ஆனால், இன்று அந்தப் பெண் நூற்றுக்கணக்கான ஏழை மக்களின் நோய்களைத் தீர்த்து வாழ்த்துகளைப் பெற்றுக்கொண்டிருப்பது உண்மை.

●

'+2 கணிதத்தில் நூற்றுக்கு நூறு வாங்க வேண்டுமா? எம். கே. விடம் கற்றுக்கொள்ளுங்கள்' என்று சொல்லும் மாணவர்களும் பெற்றோர்களும் ஏராளம்.

எம். கே. என்று சுருக்கமாக அழைக்கப்படும் எம். கோதண்ட ராமன், சென்னையில் உள்ள புகழ்பெற்ற தனியார் பள்ளி ஒன்றின் தலைமையாசிரியர்.

சுமார் 35 வருடங்களுக்கு முன்பு, 'இந்த வருசத்தோட படிப்பை முடி. அப்பாவுக்கு உதவியா நிலத்துக்கு (விவசாயத்துக்கு) வா' என்று கோதண்டராமனின் அப்பா சொன்னார். ஒவ்வொரு வருடமும் இதே வசனத்தைத் தவறாமல் சொல்லிக்கொண்டுதான் இருந்தார். கோதண்டராமன் 8 - வது படிக்கும்போதே வீட்டில் வறுமை. மகனும் உதவி செய்தால் வருகிற கூலி, இன்னும் கொஞ்சம் அதிகமாகுமே என்று அவர் ஆசைப்பட்டார். அன்றைய நிலையை மட்டும் சமாளித்தால் போதும் என்று கணக்குப் போட்டார் அந்தத் தந்தை.

ஆனால், இன்று அவர் மகனிடம் கணக்குப் பாடம் படித்தவர்கள் உலகமெங்கும் இருக்கிறார்கள்.

●

நாம் பார்த்தவர்கள் எல்லாம், ஏதாவது ஒரு சிரமத்தில் இருப்ப வர்கள். வருத்தப்பட்டுக்கொண்டிருப்பவர்கள். வாய்ப்புகளைத் தவறவிட்டவர்கள். ஜஸ்பீர் சிங், ஹார்ஸ் உதய் போன்றவர்கள், வெங்கி போன்றவர்கள் வாழ்க்கையையே தவறவிட்டவர்கள்.

இத்தனைக்கும் அவர்களின் பெற்றோர்கள் நல்ல நிலைகளில் இருந்தவர்கள். இவர்களுக்குச் சின்ன வயதில் பணக்கஷ்டம் இல்லை. வாய்ப்புகள் இருந்திருக்கின்றன. ஆனாலும் அவர் களுடைய தற்போதைய நிலை சரியில்லை.

என்ன காரணம்? ஏன் அவர்கள் இப்படி இருக்கிறார்கள்? தவறு எங்கே நிகழ்ந்தது?

இன்னும் சிலர் நிம்மதியாக இருப்பவர்கள். அவர்களுடைய பெற்றோர்களைக் காட்டிலும் அதிகமாக வாழ்க்கையில் முன்னேறியிருப்பவர்கள். பணம், புகழ், ஆரோக்கியம் என்று அடைய வேண்டிய அனைத்தையும் அடைந்து, மகிழ்ச்சியாக இருக்கிறார்கள். இத்தனைக்கும் அவர்களின் பெற்றோர்கள் பெரும் பணக்காரர்களோ அல்லது பெரிய பதவிகளில் இருந்த வர்களோ இல்லை. சாதாரணமானவர்கள்தான்.

பிறகு எப்படி வந்தது இந்த முன்னேற்றம்? அவர்கள் அப்படி என்னதான் செய்தார்கள்? எதனால் இப்படிச் சிறப்பானவர்களாக போற்றப்படுபவர்களாக வாழ்கிறார்கள்?

வாய்ப்புகளைத் தவறவிட்டுவிட்டு வாழ்க்கையைத் தேடிக் கொண்டிருப்பவர்கள், கிடைத்த வாழ்க்கையில் திருப்தி யில்லாதவர்கள், எப்படியும் சாதித்தே தீரவேண்டும் என்று லட்சியத்தை அடைந்தவர்கள், கிடைத்த வாய்ப்புகளைச் சரியாகப் புரிந்துகொண்டு வாழத் தொடங்கியவர்கள் - இப்படிப் பல்வேறு விதமான மனிதர்கள் மத்தியிலிருந்துதான், இங்கு சொல்லப்பட்ட எல்லாப் பிரச்னைகளுக்கும் தீர்வு காண வேண்டும்.

இவர்கள் அனைவரும் இளைஞர்களாக இருந்தபோது என்ன செய்தார்கள், எதைச் செய்யாமல் விட்டுவிட்டார்கள்?

3

வாழ்க்கை ஒரு மராத்தன் ரேஸ்

உலகிலேயே மிக வேகமாக ஓடக்கூடிய மனிதன் யார்? 2012 உள்ள நிலவரப்படி உசைன் போல்ட் (Usai Bolt) தான்.

அதெப்படி சரியாக இவர்தான் என்று சொல்லமுடியும்? முடியும். காரணம், அவர்தான் செப்டம்பர் மாதம் 2012 -ல் நடந்த ஒலிம்பிக் போட்டியில் 100 மீட்டர் ஓட்டப் பந்தயத்தில் தங்கம் வென்றவர். மிகக் குறுகிய தூரம். அதில் உலக அளவில் போட்டி போட்டு முதலிடம் பெற என்ன செய்யவேண்டும்? சிம்பிள். பிசாசுபோல ஓட வேண்டும். 9.63 விநாடிகளில் 100 மீட்டர் தூரத்தினை ஓடிக் கடந்திருக்கிறார்.

அதே நபரால் 1000 மீட்டர் ஓட்டத்தில் கலந்துகொண்டு தங்கம் வெல்ல முடியுமா? முடியாது என்று தைரியமாகச் சொல்லலாம். காரணம்? 100 மீட்டரை வேகமாக ஓடி

முடிக்கத் தேவையான திறன் வேறு, 1000 மீட்டர் ஓடி முடிக்கத் தேவையான தயாரிப்பும், திறனும் வேறு.

1000 மீட்டருக்கே இப்படியென்றால், 42.195 கிலோ மீட்டர் தூரம் (கிட்டத்தட்ட திருச்சியில் இருந்து தஞ்சாவூர் தூரம்) ஓட வேண்டிய மராத்தன் ஓட்டப் பந்தயத்துக்கு? அதே உசைன் போல்ட்டினால் 42.195 கிலோ மீட்டர் தூரம் ஓடி முடிக்க வேண்டிய மராத்தன் பந்தயத்தில் முதலிடம் வரமுடியுமா? முதலிடம் வருவது இருக்கட்டும். அவரால் மராத்தன் பந்தய தூரம் முழுவதையும் ஓடி முடிக்க முடியுமா? முடியலாம். முடியாமலும் போகலாம்.

மராத்தன் ஓடி முடிக்க ஸ்டெமினா' வேண்டும். அவரால் முடிக்க முடியும். விளையாட்டு வீரரல்லவா? என்ன, கொஞ்சம் பயிற்சி வேண்டும். அவ்வளவுதான். அவரால் மட்டுமில்லை. அதற்கான பயிற்சி இருந்தால், எவராலும் ஓடி முடிக்க முடியும். ஒரு கிரிக்கெட் அணியின் ஸ்கோரைப் பார்ப்போம். அந்த அணி எப்படிப்பட்ட நிலையில் இருக்கிறது என்று உங்கள் கருத்தைச் சொல்லுங்கள்.

'நூறு ரன் எடுத்திருக்கிறார்கள்.' 'எத்தனை ஓவரில்?'

'பத்து ஓவரில்'

'அட பரவாயில்லையே! பத்தே ஓவரில் நூறு ரன்னா? அப்படியென்றால் ஓவர் ஒன்றுக்கு 10 ரன்னா? ரன் ரேட் சூப்பர்.'

'அந்த அணியின் நிலைமை என்ன?'

'இதென்ன கேள்வி? அந்த அணி நிச்சயம் மிக வலுவான நிலையில் இருக்கிறது. இதே ரீதியில் விளையாடினால் மீதமுள்ள 40 ஓவர்களையும் சேர்த்து, அவர்களால் 50 ஓவர்களில் 500 ரன்கள் அடித்துவிட முடியுமே!'

அவர்கள் இந்த 100 ரன்களை எடுப்பதற்கு, 10 ஓவரில் இழந்துள்ள விக்கெட்டுகள் மொத்தம் ஒன்பது.

'அடச்சே! இன்னும் ஒரே ஒரு விக்கெட்தான் பாக்கி இருக்கிறதா? போச்சு. அவர்களால் 500 எல்லாம் எடுக்க முடியாது. அவர்கள் அணி இன்னும் பத்து பதினைந்து ரன்கள் எடுத்தாலே அதிகம். அடடா! மீதம் 40 ஓவர் இருக்கிறதே!

அவர்களிடம் விக்கெட் இல்லையே! மீதம் இருக்கிற 40 ஓவர்களையும் வீணாக்கிவிட்டார்களே!

ஒரு நாள் கிரிக்கெட் பந்தயத்தில் ஒவ்வோர் அணி விளையாடு வதற்கும் 50 ஓவர்கள் உண்டு. நான் என்ன செய்கிறேன் பார். அடித்து நொறுக்குகிறேன்' என்று சிலர் முதல் ஓவரிலிருந்தே கண் மண் தெரியாமல் அடித்து விளையாடுவார்கள். அவுட் ஆவார்கள். அடுத்து வருபவர்களும் அப்படியே மட்டையைச் சுற்ற, சீக்கிரத்திலேயே அந்த அணியின் விக்கெட்டுகள் பல விழுந்து, அந்த அணி அதிகமாக ஸ்கோர் செய்யும் வாய்ப்பையும் அதனால் வெற்றி பெறும் வாய்ப்பினையும் இழக்கும்.

அவ்வளவு அவசரமோ ஆத்திரமோ தேவையில்லை. ஸ்கோர் செய்வது முக்கியம். உடன் 50 ஓவர்களும் ஆட வேண்டியதும் முக்கியம். இதுவே 20 ஓவர் மேட்ச் என்றால், விக்கெட் பற்றிக் கவலைப்பட வேண்டாம். இறங்கியதில் இருந்தே விளாச ஆரம்பிக்க வேண்டியதுதான். 50 ஓவர் பந்தயத்துக்கு எதற்கு ஆத்திரம்? அதுவே நாலு நாள் டெஸ்ட் மேட்ச் என்றால் இன்னும் நிதானமாக ஆடலாம்.

100 மீட்டர் ஓட்டப் பந்தயத்தில் ஐஉட் என்று சொன்னதும் சீறிப் பாய்ந்து, காட்டுத்தனமாக ஓட வேண்டும். இருக்கும் எனெர்ஜியை எல்லாம் உடனடியாகப் பயன்படுத்தி, திறமையைக் காட்டவேண்டும். மராத்தனில் அப்படி ஓடக்கூடாது. அப்படி ஓடினால், முதலில் நாம்தான் முந்திச் செல்வதாகவும் மற்றவர்கள் பின்னால் வருவதாகவும் தெரியும். ஆனால் போகப்போக, நம்மால் அதே வேகத்தில் தொடர்ந்து ஓட முடியாது. தூரம் கடக்கக் கடக்க உடல் அயர்ச்சி அதிகமாகி, வேகம் குறையும். மூச்சிரைத்து நடுவில் உட்கார வேண்டி வந்துவிடும்.

வாழ்க்கை நீண்டது. இன்னும் 60 முதல் 80 வருடங்கள் வரையில் ஓட வேண்டியது. அதற்கான சக்தி வேண்டும். சின்ன வயதினில் கண்டபடி சீறிப் பாயும் வேகம், சக்தியை எடுத்துவிடும். கெடுத்து விடும். விக்கெட்டுகள் விழக்கூடாது. கடைசி ஓவர் வரை நின்று ஆட தெம்பு வேண்டும். நாற்பது வயதில் உள்ளவர்களைக் கேட்டால் தெரியும். இப்போதுதான் உண்மையான வாழ்க்கை தொடங்குகிறது என்பார்கள். அறுபது வயதிலும் ஆசைகள் மிச்சமிருக்கும். 80 வயதிலும் நம்மால் எவ்வளவோ செய்ய

முடியும். செய்யும் ஆசைகள் இருக்கும். பிரபலமான சிலரின் உதாரணங்களைப் பார்த்தால் இது சட்டென விளங்கும்.

விமான பைலட்டாக வாழ்க்கையை ஓட்டிக்கொண்டிருந்த ராஜிவ் காந்தி, அவருடைய அன்னை இந்திரா காந்தி சுட்டுக் கொல்லப்பட்டபோது, பிரதமர் பதவி ஏற்க வேண்டிய கட்டாயம். அப்போது அவர் தன்னுடைய நாற்பத்திச் சொச்சம் வயதில்தான் இருந்தார்.

பிரதமராக வாஜ்பாய் பொறுப்பேற்க வேண்டி வந்தபோது அவருக்கு வயது 70-க்கும் மேல். குடியரசுத் தலைவர்களாக வருபவர்களின் வயதினைச் சொல்லத் தேவையில்லை.

வாழ்க்கையில் பல்வேறு பொறுப்புகளும், வாய்ப்புகளும் போகப் போக அதிகரிக்கின்றன.

அதே கிரிக்கெட் உதாரணத்தையே பார்க்கலாம். முதல் பத்து ஓவர்கள் ஆட ஒருவிதமான திறமை வேண்டும். பந்தில் 'ஷைன்' இருக்கும். புதுப்பந்து. அடுத்து சுழற்பந்து வீச்சாளர்கள் வருவார் கள். அவர்களை எதிர்த்து ஆட வேண்டி வரும். அடுத்து சில விக்கெட்டுகள் விழுந்திருக்கும் நிலையில் நல்ல பௌலர்களை எதிர்த்து ஆட வேண்டி வரலாம். பின்பு இறுதி ஓவர்களில் அடிக்க வேண்டிய ரன்கள் அதிகமிருக்கும். பனி பெய்யலாம். பந்து வழுக்கலாம். எல்லாம் சமாளித்து ஆடவேண்டும். ஆடி ஜெயிக்க வேண்டும்.

கிரிக்கெட் வீரர் ஸ்ரீநாத், வேக பந்து வீச்சாளர். 236 டெஸ்ட் விக்கெட்டுகளையும் ஒருநாள் போட்டிகளில் 315 விக்கெட்டு களையும் எடுத்தவர். சீக்கிரமே ஓய்வு பெற்றுவிட்டார். கபில் தேவ் அவ்வளவெல்லாம் அவர் டெஸ்ட் பந்தயங்கள் ஆட வில்லை. அவரோடு உள்ளே நுழைந்த கும்ளே மேலும் போடு போடு என்று போட்டு விட்டுத்தான் ஓய்வு பெற்றார். ஸ்ரீநாத்? காலி. காரணம்?

ஸ்ரீநாத்துக்கு பந்து வீசும் கையில் பிரச்னை. பந்துக்கிண்ண மூட்டு கழன்றுவிட்டது. பிறகு எப்படி சர்வதேசப் போட்டிகளில் பந்துவீசமுடியும். அடித்து நொறுக்கிவிட்டார்கள். இப்போது பயிற்சியாளர் ஆகிவிட்டார். அதாவது அவரால் அவரது கிரிக்கெட் வாழ்க்கையில் செய்யக் கூடியது முழுமையையும் செய்யவில்லை. பத்து ஓவரில் 100 ரன்தான். ஆனால் மீதம் 40

ஓவருக்கு விக்கெட் இல்லை என்பது போன்ற நிலை. அவரைப் பொறுத்தவரை அவருடைய ஆட்டம் ஓவர்.

ஓட்டமோ ஆட்டமோ வாழ்க்கையோ, ஆடும் போது எவ்வளவு வாய்ப்பு இருக்கிறது, என்ன மாதிரி கேம் என்பதைப் புரிந்துகொண்டு அதற்கு ஏற்ப ஆட வேண்டும். இப்படி இன்னும் நிறையப் பிரச்னைகளுக்குக் காரணம், ஆரம்பத்தில் ஒரு தெளிவில்லாமல், எதையும் அதிகமாகச் செய்வதுதான்.

வாழ்க்கை நீண்டது. அதனை நாம் முழுமையாக அனுபவிக்க வேண்டும். அதற்குக் கடைசிவரை நம்மிடம் சக்தி இருக்க வேண்டும். அதற்கான முதல் தேவை, வாழ்க்கை நீண்டது, இன்னும் நிறைய இருக்கிறது என்கிற புரிதல். இரண்டாவது, முழு வாழ்க்கைக்குமான திட்டம். முதல் பத்து ஓவருக்கு மட்டுமானதல்ல.

4

கேம் பிளான்

'இப்படிப்பட்ட கார்ப் பந்தயங்களில் கலந்துகொண்டு, முழு பந்தயத் தூரத்தையும் கடப்பதே ஆரம்பக் கால வீரர்களுக்குப் பெரிய செயல்.'

- முதல் முதலாக ஃபார்முலா பந்தயத்தில் கலந்துகொண்ட பிறகு, நரேன் கார்த்திகேயன் அளித்த பேட்டி.

நரேன் கார்த்திகேயன், நம்பிக்கை யளிக்கும் இளம் கார்ப் பந்தய வீரர். அவர் கலந்துகொண்ட முதல் போட்டியிலேயே முதல் சில இடங்களுக்குள் வந்து விடுவார் என்ற எதிர்பார்ப்பு இருந்தது. பலரும் யூகித்ததுபோல, அவர் முதல் சில இடங்களுக்குள் வரவில்லை. கலந்து கொண்டது முதல் பந்தயம் என்றாலும் அதற்கு அவர் எவ்வளவு திட்டம் தீட்டினார் என்பது முக்கியம்.

பாதி தூரத்தில் பிரச்னை என்று போட்டியில் இருந்து விலகக் கூடாது.

விபத்தில் மாட்டிக்கொள்ளக்கூடாது. வேகம், போட்டி யாளர்கள் என்று பல இன்னல்களையும் கடந்து, இலக்கினை அடைய வேண்டும். முதல் இரண்டு மூன்று இடங்களுக்குள் வந்தால் பிரமாதம்தான். முடியாவிட்டால் பரவாயில்லை. கொஞ்சம் பின்னே வரலாம். ஆனால் முழுமையாக வர வேண்டும். போட்டியை Complete செய்யவேண்டும். பாதியில் விட்டு வருவதால், என்ன பயன்?

இப்படி வாழ்க்கைக்கும் ஒரு To do List தயாரித்தால் எப்படி இருக்கும்? இப்படித்தான் இருக்கும்.

* அர்த்தமுள்ள மனிதனாக வாழவேண்டும்.

* வாழும் காலத்திலேயே எதையாவது சாதிக்க வேண்டும்.

* நீண்ட நாள் வாழ வேண்டும்.

* முழுமையாக வாழ வேண்டும்.

* ஆரோக்கியத்துடனும் வளங்களுடனும் வாழ வேண்டும்.

* தான் வாழ்வதுடன் மற்றவர்களையும் வாழவிடவேண்டும்; வாழவைக்க வேண்டும்.

தேவையானவற்றை நினைத்தபோது அனுபவிக்கும் சுதந்திரத் தோடு வாழவேண்டும். எவரையும் சார்ந்தோ, மற்றவர்களுக்குப் பயந்துகொண்டோ வாழக் கூடாது. அடுத்தவர் கட்டுப்பாட்டில் இருக்கக் கூடாது.

•

மார்ச் 12, 2006. ஆஸ்திரேலியாவுக்கும் தென் ஆப்பிரிக்காவுக்கும் இடையே ஒரு நாள் போட்டி.

முதலில் களமிறங்கியது ஆஸ்திரேலியா. அந்த அணியினர் மிகப் பிரமாதமாக ஆடினார்கள். அதுவரை சர்வதேசப் போட்டிகளில் எந்த அணியும் எடுத்திராத அளவு 434 ரன்கள் குவித்தனர்.

அதுவரை உலக சாதனையாக இருந்தது இலங்கை அணி எடுத் திருந்தது 398தான். இப்போது ஆஸ்திரேலியா எடுத்தது அதையும் விட 36 ரன்கள் அதிகம். ஓவர் ஒன்றுக்குச் சராசரியாக 8.68!

அடுத்து களமிறங்கியது தென் ஆப்பிரிக்கா. 435 எடுத்தால் வெற்றி. கடினமான இலக்குதான். ஆனால், தென் ஆப்பிரிக்கா

ஒரு திட்டத்துடன் களமிறங்கியது, வெற்றி பெற்றே தீர வேண்டும் என்ற உறுதி. மிக அற்புதமான ஆட்டம். ஒவ்வொரு ஓவருக்கும் ரன்கள் குவியத் தொடங்கின. ஆஸ்திரேலியாவின் ஒவ்வொரு பந்தும் பவுண்டரிக்கு ஓடியது. பௌலர்கள் பதறாமல் போட்ட பந்துகள் பற்றியெரிந்துகொண்டு பவுண்ட்ரிக்குப் பறந்தன. ஒருவழியாக 49 ஓவர்களும் 4 பந்துகளும் வீசி முடிந்திருந்தபோது, இரண்டு அணிகளின் ஸ்கோர்களும் சமன் செய்யப்பட்டிருந்தது.

ஒரு ரன் எடுத்தால் வெற்றி. ரன் எடுக்காவிட்டாலும் பெரிய பாதகமில்லை. யார் சொன்னார்கள், பாதகமில்லை என்று? உலக சாதனை என்பதை இரு நாடுகள் தக்க வைத்துக்கொள்ள முடியுமா? அப்படியே இருந்தாலும் அதை முதலில் செய்தது ஆஸ்திரேலியாதான். கடைசிப் பந்தில் ஒரு ரன்னாவது எடுக்க வேண்டும். அப்போதுதான் அந்த ஆட்டத்துக்கே அர்த்தம். மார்க் பௌச்சர் செல்லமாக ஒரு தட்டு தட்டினார். பந்து பவுண்டரிக்கு ஓடியது. எதிர்பார்த்ததைவிட, மூன்று ரன்கள் அதிகம்.

அபாரமான வெற்றி. என்றைக்கும் பேசப்பட இருக்கும் உலக சாதனை. மூன்று மணி நேரத்துக்கு முன்னால்தான் ஆஸ்திரேலியா உலக சாதனை செய்திருந்தது. இரண்டாவதாகக் களம் இறங்கிய அடுத்த மூன்று மணி நேரத்துக்குள் அந்தச் சாதனையை முறியடித்தது தென் ஆப்பிரிக்கா. பத்து விக்கெட்டுகளையும் இழக்காமல், கடைசி பந்துவரை ஆடி, பிரம்மாண்டமான ஸ்கோரை அடைந்த வெற்றி. சும்மா அதிர்ஷ்டத்திலா வந்தது? அல்லது குருட்டாம் போக்கில் வந்ததா? அதனைத் தற்செயல் என்று தள்ளிவிட முடியுமா?

இல்லை. திட்டமிட்ட வெற்றி. திட்டத்தினைச் சரியாகச் செயல் படுத்தியதால் கிடைத்த அபாரமான வெற்றி.

அன்றைய தினம் தென் ஆப்பிரிக்கா பெற்ற வெற்றிக்கும் வெற்றியைத் தவறவிட்ட ஆஸ்திரேலியாவுக்கும் ஒரே ஒரு வித்தியாசம்.

முதலில் ஆடும் எந்த அணிக்கும் கிடைக்கக்கூடிய அனுகூலம் தான் அது. ஆஸ்திரேலிய வீரர்கள் மிகப் பிரமாதமாக ஆடினார்கள். 434 ரன்கள் குவித்தார்கள். இரண்டாவதாக ஆடும் அணி எவ்வளவு எடுத்தால் வெற்றி பெறலாம் என்பதைத்

தெளிவாகத் தெரிந்துகொண்டு விளையாடுவார்கள். ஆனால் முதலில் ஆடும் அணிக்கு அந்த வாய்ப்பு இல்லை.

என்ன செய்ய வேண்டும்? அதற்காக எப்படிச் செயல்பட வேண்டும்? எந்த நேரத்தில் செய்யலாம் என்பதெல்லாம் முன் கூட்டியே தெரிந்தால் வெற்றியை அடைய திட்டமிட முடியும். திட்டமிடுவதன் மூலம் வெற்றியை நிச்சயப்படுத்தலாம். மாபெரும் செயல்கள் செய்ய, பெரும் சாதனைகள் படைக்க, எந்தத் தவறும் இன்றி விரும்பும்படியே செய்ய, திட்ட மிடுபவர்கள் நிச்சயம் ஜெயிப்பார்கள்.

●

ராகவேந்திரன், மைலாப்பூர் பி.எஸ். உயர்நிலைப் பள்ளி மாணவன். பிளஸ் ஒன் காமர்ஸ் குரூப். சயின்ஸ் படித்தால்தான் எஞ்சினியரிங் சீட் கிடைக்கும் என்று எல்லோரும் அறிவுரை சொன்னார்கள். ஆனால், அவன் தெளிவாக இருந்தான். B.Com படிக்க வேண்டும். படித்தான். முதலாண்டு முடிவிலேயே CA படிக்க ஏற்பாடுகள் செய்துகொண்டான். CA எழுதித் தேறினான். இன்று நல்ல நிறுவனம் ஒன்றில் கை நிறையச் சம்பளம். யார் யாரோ சொன்னார்கள் என்பதற்காக, அவனுடைய நோக்கத்தை மாற்றிக்கொள்ளவில்லை. அவனுக்கு நாட்டமில்லாத அறிவியலை எடுக்கவில்லை. அவனுக்கு விருப்பமான பாடத்தை எடுத்துப் படித்தான். வணிகவியல் எடுக்கலாம், அறிவியலும் எடுக்கலாம். எது விருப்பமோ எடுத்துக்கொள்ளலாம். அடுத்ததாக என்ன படிக்கப் போகிறோம், எந்தப் படிப்புக்கு என்ன வேலை கிடைக்கும்? - இவற்றையெல்லாம் தெளிவாகத் தெரிந்து கொள்ள வேண்டும்.

எட்டாவது படிக்கும் போதே, +2 வில் எடுக்க வேண்டிய சிறப்புப் பாடங்கள், பின்பு சேர வேண்டிய டிகிரி கோர்ஸ் முதலிய வற்றைத் திட்டமிட்டுக்கொள்வது அவசியம். எவ்வளவு சீக்கிரம் இந்தத் திட்டம் முடிவாகிறதோ அவ்வளவு நல்லது. காரணம், அதற்குண்டான வேலைகளில் உடனடியாக இறங்கிவிடலாம்.

●

ஸ்டுடண்ட் கான்செப்ட்ஸ் என்று ஓர் அமைப்பு. கல்லூரி மாணவர்கள் படித்துக்கொண்டிருக்கும்போதே வேலைக்குப் போக வழிகாட்டுகிறது. ஒரு நாள், இரண்டு நாள் மட்டுமே

நடக்கும் சில நிகழ்ச்சிகளுக்கு ஏற்பாடுகள் செய்வது, விருந்தினர் களைக் கவனித்துக் கொள்வது, பொருள்களை விற்பனை செய்வது போன்ற வேலைகளுக்கு மாணவர்களை அனுப்பி வைக்கிறார்கள். இந்த அமைப்பினை உருவாக்கியவர் மனோஜ். இப்படி ஓர் அமைப்பினை உருவாக்க வேண்டும் என்று அவருக்கு எப்படித் தோன்றியது?

மனோஜ் பத்தாம் வகுப்பு முடித்த நேரம். அடுத்ததாக என்ன படிக்கலாம் என்ற குழப்பம். மனோஜின் அப்பா வெளிநாட்டில் இருப்பவர். அம்மாவுக்கு விவரம் தெரியவில்லை. இந்தச் சூழ்நிலையில் மனோஜின் ஆசிரியை ஒரு முடிவெடுத்தார், 'நீ சயின்ஸ் குரூப் எடு, அப்பத்தான் நீ டாக்டருக்குப் படிக்கலாம்.'

ஆசிரியை சொன்னபடியே மனோஜ் படித்தான். படிப்பில் அவ்வளவு கவனம் இல்லை. சுமாரான மதிப்பெண்கள் எடுத்து, +2 பாஸாகிவிட்டான். மருத்துவப் படிப்புக்கு முயற்சி செய்யும் போதுதான், உலகம் புரிந்தது. மருத்துவம் படிக்க ஆசைப் பட்டால், அதற்கான சீரிய தயாரிப்பை முன்கூட்டியே செய்திருக்க வேண்டும். இந்த விஷயத்தைத் தாமதமாகத் தெரிந்து கொண்டதால், ஒரு பயனும் இல்லை. இரண்டு வருடங்களாக டாக்டர் கனவு. ஆனால் நிஜத்தில் மருத்துவக் கல்லூரி கேட் பக்கம்கூட விட மறுத்தார்கள். அதிர்ச்சியாக இருந்தது. என்ன செய்யமுடியும்? சரி, அடுத்ததாக என்ன செய்யலாம் என சுதாரித்துக்கொண்டான்.

உடனடியாக அலைந்து திரிந்து, ஆஸ்திரேலியாவில் உள்ள ஒரு Macquarie பல்கலைக்கழகத்தில் BE கெமிக்கல் சேர்ந்தான். அந்தப் பல்கலைக்கழகம் அவனுக்கு உலகத்தைப் புரிய வைத்தது. அங்கே படிக்கும் பெரும்பாலான மாணவர்கள் படிக்கும்போதே பகுதி நேர வேலைகளுக்குப் போய்க் கொண்டிருந்தார்கள். படிக்கும்போதே பல்வேறு வேலைகள் பற்றித் தெரிந்துகொண்டான். அவற்றில் எது தனக்குச் சரிவரும் என்று புரிந்துகொண்டான்.

BE முடித்து சென்னை வந்ததும், முதல் வேலையாக 'ஸ்டுடண்ட் கான்செப்ட்ஸ்' என்ற அமைப்பை ஆரம்பித்தான். படித்துக் கொண்டிருக்கும்போதே வேலைக்குப் போவதால் எந்தத் துறையில் எதிர்காலம் என்பதைச் சரியாகப் புரிந்துகொள்ள முடியும். அதை நேரடியான அனுபவங்கள் மூலம் உணரட்டும்

என்பதுதான் மனோஜின் நோக்கம். மொத்த வாழ்க்கைக்கும் திட்டம் தேவை. அதே சமயம் ஒவ்வொரு பகுதிக்கும்கூட தனித்தனித் திட்டங்கள் போட்டுக்கொள்ள வேண்டும்.

தென் ஆப்பிரிக்க அணி 435 ரன்கள் எடுத்தால் வெற்றி பெறலாம் என்பது பந்தயம் முழுவதற்குமான இலக்கு. ஆனால், களமிறங்கி விளையாடிக்கொண்டிருக்கும் வீரர்களுக்குத் தாங்கள் எவ்வளவு செய்திருக்கிறோம், இன்னும் எவ்வளவு செய்ய வேண்டும் என்பதெல்லாம் சரியாகத் தெரியாது. எந்த ஒரு பெரிய இலக்கையும் சின்னச் சின்னதாகப் பிரித்துக்கொள்ளலாம். மொத்தம் ஐம்பது ஓவர்கள். எடுக்க வேண்டிய ரன்கள் 435.

தென் ஆப்பிரிக்க அணி களமிறங்க வேண்டும். முதலில் ஒரு திட்டம் போட்டுக்கொண்டார்கள். ஒவ்வொரு ஓவருக்கும் ஆஸ்திரேலியா எடுத்த ரன்களைவிட, நாம் அதிகமாக எடுக்க வேண்டும். ஆஸ்திரேலியா பத்தாவது ஓவரில் 66 எடுத்திருந் தார்கள். நாம் அதைவிட அதிகமாக எடுக்க வேண்டும். விக்கெட் விழுந்துவிடக் கூடாது. இதுதான் முக்கியம்.

முதல் ஓவர் முடிந்தது. ஆஸ்திரேலியாவைவிடக் குறைவாகத்தான் எடுத்தார்கள். பரவாயில்லை. எடுத்து விடலாம் என்று நம்பிக்கை யோடு இரண்டாவது ஓவர் தொடங்கியது. முதல் விக்கெட் விழுந்தது. தென் ஆப்பிரிக்கா அணியினர் மனம் தளரவில்லை. அடுத்ததாகக் களம் இறங்கியவரிடம் ஒரே ஒரு விஷயம் மீண்டும் நினைவுபடுத்தி அனுப்பினார்கள். 'அடித்து ஆடு. அவுட் ஆகிவிடாதே. பத்தாவது ஓவரில் நாம் அவர்கள் எடுத்த ரன்களைவிட, அதிகம் எடுத்திருக்க வேண்டும்.'

களமிறங்கிய வீரர் இரண்டாவது ஓவரில் சமன் செய்தார். மூன்றாவது ஓவரில் ஆஸ்திரேலியர்கள் எடுத்ததைவிட, இரு மடங்குக்கும் மேல் ரன் எடுத்திருந்தார்கள். ஒவ்வொரு ஓவரிலும் அடித்து ஆடி ரன்கள் குவித்தார்கள். பத்தாவது ஓவரில் எதிர் பார்த்தது நிறைவேறியது. ஆஸ்திரேலிய அணி பத்து ஓவரில் எடுத்த ரன்கள் 66. தென் ஆப்பிரிக்கா 80.

அவர்களுக்குத் தேவையான ரன்களை எடுக்க ஒரு ஓவருக்கு 9 ரன்கள் எடுக்கவேண்டும் என்று நிர்ணயிக்கப்பட்டது. இருபதாவது ஓவரில் 168 ரன்கள் எடுத்திருந்தார்கள். ஆஸ்தி ரேலிய அணியையைவிட, 45 ரன்கள் அதிகம்.

அடித்து ஆடினார்கள். விக்கெட் இழப்பின்றி. 22-வது ஓவரில் அடுத்த விக்கெட் விழுந்தது. முப்பது ஓவர் முடிவில் ஆஸ்தி ரேலியாவைவிட, 70 ரன்கள் அதிகம் எடுத்திருந்தார்கள். இன் னெனொரு விக்கெட்.

நாற்பதாவது ஓவரில் 342/5. ரன் ரேட் விகிதம் 8-க்குக் குறை யாமல் பார்த்துக்கொண்டார்கள். ஒரு சில ஓவர்களில் 18 ரன்கள் வரை எடுத்தார்கள்.

ஐம்பதாவது ஓவரில் ஒரு பந்து இருக்கும்போது ஆஸ்திரேலியா வின் சாதனை முறியடிக்கப்பட்டது. இவ்வளவுதான் திட்டம்.

எவ்வளவு எடுக்கவேண்டும்? நாம் எவ்வளவு எடுத்திருக்கிறோம்? இதைப் புரிந்துகொண்டு விளையாடினார்கள்.

ஒவ்வொரு பத்து ஓவருக்கும் எவ்வளவு ரன்கள் என்று பிரித்துக் கொண்டார்கள்.

சின்ன இலக்கு, தெளிவான இலக்கு, நம்பிக்கை தரும் இலக்கு. வேறு எதைப்பற்றியும் கவலைப்படாமல் அடுத்த பத்தாவது ஓவருக்குள் எடுக்க வேண்டிய ரன்கள் எடுத்தால் போதும்.

அடுத்த மூன்று ஆண்டுகள் என்ன செய்ய வேண்டும் (பத்து ஓவர் போல) என்று கணக்கிட்டுக்கொள்ள வேண்டும்.

குறிக்கோள் என்று நினைத்துக்கொண்டால் போதாது.

அதைச் செயல்படுத்த வேண்டும். மூன்று வருடங்களுக்கான குறிக்கோளை ஒவ்வொரு மாதத்துக்குமானதாகப் பிரித்துக் கொள்ளவேண்டும். ஒவ்வொரு மாதமும் நமக்கு நாமே நிர்ணயித்துக்கொண்ட குறிக்கோளை அடைந்துவிட வேண்டும்.

●

ராஜேந்திரன் என்று ஒரு மாணவன் B.Com முதலாண்டு சேர்ந்திருந்தான். அவன் தனது திட்டத்தைக் கீழ்க்கண்டவாறு எழுதி வைத்திருந்தான்.

அடுத்த மூன்று ஆண்டுகளுக்குள்...

நான் B.Com முடித்திருப்பேன். 85%-க்கும் அதிகமான மதிப்பெண்கள் எடுத்திருப்பேன். மேலும், CA - வில் சேர்ந் திருப்பேன்.

இதுதான் அவனுடைய அடுத்த மூன்று ஆண்டுக்கான (படிப்பு பற்றிய) குறிக்கோள். வேறு எதைப்பற்றியும் கவலைப்படாமல் குறிக்கோளை அடைவதிலேயே ராஜேந்திரன் கவனம் செலுத்தினால் போதும்.

●

'படிக்கிறதைத் தவிர மற்ற எல்லாத்துலயும் ஆர்வம்' - அப்பா இப்படித்தான் நம்மை எல்லோரிடமும் அறிமுகப்படுத்துவார். படிப்பைத் தவிர வேறு எத்தனையோ விஷயங்களில் நமக்கு ஆர்வமுண்டு. கிடார் வாசிப்பதாக இருக்கலாம். கார்ட்டூன் போடுவதாக இருக்கலாம். டிசைனிங் செய்வது, பேசுவது, மோட்டார் ரிப்பேர், போட்டோகிராபி, நிகழ்ச்சிகள் தொகுத்து வழங்குவது, நடிப்பது அல்லது வேறு ஏதாவது.

கார்ட்டூன் போடுவதுதான் உங்கள் பழக்கம் என்றால் தினமும் ஏதாவது ஒரு நிகழ்ச்சியைக் கார்ட்டூனாக வரைந்து பார்க்கலாம். கிடார் வாசிக்கப் பிடிக்கும் என்றால், 'என் இனிய பொன் நிலாவே...' என்று வாசிக்கலாம். போட்டோ எடுக்கப் பிடிக்கும் என்றால் ஒரு கேமராவை எடுத்துக்கொண்டு ஒரே ஒருநாள் ஊரைச் சுற்றிவந்து விதவிதமாக ஃபோட்டோ எடுத்துத் தள்ளலாம். நிறைய செலவாகுமே என்று நினைக்கிறீர்களா? சரி, லலித் கலா அகாடமியில் புகைப்படக் கண்காட்சி நடக்கிறதா என்று பாருங்கள். அழகான புகைப்படங்களைப் பார்த்து ரசித்துவிட்டு வாருங்கள். பிரவுசிங் செண்டருக்குப் போய் உலகின் மிகச் சிறந்த புகைப்படங்கள் என்று தேடிப் பாருங்கள். ரசனையை வளர்த்துக் கொள்ளுங்கள். இதனை செகண்ட் கர்வ் (Second Curve) என்பார்கள்.

பின்னால் ஏதேனும் காரணங்களினால், நமது பிரதான வேலை பாதிக்கப்பட்டால் அல்லது உடல் பிரச்னைகளினால் நம்முடைய வேலையையோ அல்லது தொழிலையோ செய்ய முடியாமல் போனால், இது கை கொடுக்கும். சிலருக்கு அவர்கள் படித்து, அதன் மூலம் பெற்ற வேலை சம்பாதித்துக் கொடுப்பதைவிட, அவர்களின் இரண்டாம் கர்வ் நிறையவே சம்பாதித்துக் கொடுக்கிறது. கூடவே கூடுதலான சந்தோஷத்தையும் திருப்தியையும் கொடுக்கிறது. காரணம், அந்த வேலை உங்களுக்குப் பிடித்தமானது.

மத்திய அமைச்சர் ப.சிதம்பரம் ஒரு வழக்குரைஞர். இசையமைப்பாளர் ஆதித்யன் நன்றாக சமையல் செய்பவர். சமையல் நிகழ்ச்சியாகத் தொலைக்காட்சிகளில் நடத்துகிறார். நடிகை ரேவதி, புதுமைப் பெண்கள்' என்று ஒரு நிகழ்ச்சி நடத்தினார். சீர்காழி சிவசிதம்பரம் ஒரு நல்ல பாடகர் என்பது தான் நமக்குத் தெரியும். அவர் ஒரு டாக்டர். இன்றைய வளர்ந்து விட்ட சமுதாயத்தில் எல்லா வேலைகளுக்கும் நல்ல தேவை இருக்கிறது. மேலே சொன்ன வேலைகளைத் தொடக்கத்தில் சின்னதாகப் பகுதி நேரமாகச் செய்ய ஆரம்பித்து, பின்னால் அது நன்றாக வளர்ந்ததும், முதல் குதிரையை விட்டுவிடலாம். இரண்டாவது குதிரையை நம்பி அதிலேயே பயணம் செய்யலாம்.

இது ஒரு மாற்று ஏற்பாடு. fall back arrangement.

வாழ்க்கையில் ஒன்றை மட்டுமே நம்பிக்கொண்டிருக்க வேண்டிய நிலையில் இருந்து நம்மைக் காப்பாற்றும். சார்பு நிலை போய்விடும். இது ஓர் இன்ஷூரன்ஸ் மாதிரி. நம் வேலையை இழக்கக் கூடிய நேரங்களில் சம்பாத்தியத்துக்கான வாய்ப்பு உண்டு.

5

உடம்பு முக்கியம்

சிலர் படிப்பில் கெட்டிக்காரர்கள். வாத்தியார் கேள்வி கேட்டு முடிக்கும் முன்பே பதில் சொல்லிவிடுவார்கள். ஆனால், அடிக்கடி லீவு போடுவார்கள். 'கேட்டால் உடம்பு சரியில்லை சார்' என்பார்கள்.

ஆனால் அவர்களால் நல்ல மதிப்பெண்கள் பெற முடியாது. காரணம், அவர்களது சோர்வு. தேர்வு சமயங்களில் உடம்பு சரியில்லாமல் போய்விடும். தூங்கி வழிவார்கள்.

யாரோ ஐஸ் கிரீம் சாப்பிடுவதைப் பார்த்துக்கொண்டிருந்தால், நாம் சாப்பிட்டதுபோல் ஆகிவிடுமா?

முழு ஆட்டமும் ஆட இந்த உடம்பு நமக்கு ஒத்துழைக்க வேண்டும். கிரிக்கெட்டில் பல வெளிநாட்டு வீரர்கள் அநாயாசமாக 100, 200, 300 ரன்கள் குவிக்க (லாரா, டீன் ஜோன்ஸ்), நம்முடைய இந்திய வீரர்கள்

சிலர், 60, 70 ரன்கள் எடுத்தவுடனேயே நொண்ட ஆரம்பிப்பார்கள். 80 ரன்களில், உதவிக்கு - இவர்களுக்குப் பதில் ரன் எடுக்க - பை ரன்னர் கேட்பார்கள். திடீரென்று நடு மைதானத்தில் 'பேட்'டைப் போட்டுவிட்டு விழுந்து விடுவார்கள். கேட்டால், கிராம்ப்ஸ் (Cramps) என்று பதில் வரும். உண்மைதான். நடிப்பில்லை.

வருடக்கணக்கில் பயிற்சி பெற்று, முயன்று, அணியில் இடம் பிடித்து, புகழ் சேர்க்க வேண்டிய நேரத்தில், உடலால் பிரச்னை இது தேவையா? தவிர்க்க முடியாதா? வருடம் முழுக்கப் படித்து விட்டு, முதல் தேர்வு சரியாக எழுதி விட்டு, அடுத்தடுத்த தேர்வுகளுக்குக் கண்விழித்துப் படிக்க முடியாமல் உடம்புக்கு நோய் வந்தால் எவ்வளவு எரிச்சலாக இருக்கும்?

●

பெற்றவர்கள், 'சாப்பிடு, சாப்பிடு' என்று கெஞ்சுவார்கள். பிள்ளைகள், 'வேண்டாம், வேண்டாம்' என்று மிஞ்சுவார்கள். 'என்னைக் கொஞ்சம் விடுறியா. ப்ளீஸ்...' என்று பெற்றவர் களையே அதட்டுவார்கள்.

சாப்பாடு என்பது சுவைக்காக மட்டுமா? பிடிக்கிறதோ பிடிக்க வில்லையோ. நேரத்துக்குச் சாப்பிடத்தான் வேண்டும். வேறு வழியில்லை. வண்டிக்குப் பெட்ரோல் போடுவது போலத்தான். பெட்ரோல் போடாமல் வண்டி ஓடுமா? சாப்பிடாமல் இருந்து விட முடியுமா? வண்டிக்குத் தினம் தினம் பெட்ரோல் வேண்டும். இதெல்லாம் பெரிய விஷயமா என்று கேட்டால், நிச்சயம் பெரிய விஷயம்தான். எப்படி?

●

மகேஸ்வரி, முதலாண்டு எஞ்சினியரிங் படிக்கும் பெண். மகேஸ்வரிக்குச் சாப்பாடு என்றாலே பிடிக்காது. சாப்பாடு வைத்துவிட்டு உள்ளே போய் விட்டு வரும்போது, தட்டில் சாதம் இருக்காது. யாருக்கும் தெரியாமல், சாமர்த்தியமாகக் குப்பைக் கூடையில் போட்டுவிடுவாள். கல்லூரிக்குத் தாமதமாகிறது என்று சொல்லிவிட்டு, காலை உணவே சாப்பிடாமல் கிளம்பி விடுவாள். அம்மா கட்டிக் கொடுத்தனுப்பும் மதிய உணவை அப்படியே கொண்டு வருவாள்.

'ஏன் சாப்பிடலை?' என்று கேட்டுவிடக்கூடாது.

ஏதாவது ஒரு காரணம் இருக்கும். 'லைப்ரரி போய்விட்டேன்', 'பிராக்டிகல்ஸ் இருந்தது', 'பசிக்கவே இல்லை'- இப்படி எத்தனையோ காரணங்கள். மொத்தத்தில், வெறும் வயிற்றோடு வீடு வருவாள். வந்ததும், சொல்லச் சொல்ல கேட்காமல், ஃபிரிட்ஜிலிருந்த தண்ணீரை எடுத்து மடமடவென்று குடிப்பாள். பின்பு, கையில் கிடைக்கும் நொறுக்குத் தீனியைச் சாப்பிடுவாள். அவ்வளவுதான். மீண்டும் சாப்பாடு வேண்டாம் என்கிற பிரச்னைதான் அவளோடு.

இதன் விளைவுகள் ஆரம்பத்தில் தெரியவில்லை. செமஸ்டர் தேர்வு தொடங்கியவுடன் பிரச்னைகள் ஆரம்பித்தன. செமஸ்டர் தேர்வுகளுக்குக் கடுமையாக உழைக்க வேண்டிய நேரம். தினமும் பதினான்கு, பதினைந்து மணி நேரங்கள் படித்தாள். முதல் இரண்டு மூன்று நாட்கள் ஓடிவிட்டன. நான்காம் நாள் முதுகு வலி. பயங்கரமான அயர்வு. சோர்வு. படிப்பதில் கவனம் செலுத்த முடியவில்லை. வலி அதிக எரிச்சலைத் தந்தது. படித்ததெல்லாம் மறந்துபோனது. பரீட்சையில் பதில் தெரிந்திருந்தும் உட்கார்ந்து எழுத முடியவில்லை. மகேஸ்வரி வகுப்பிலேயே படிக்கும் செல்வியால் அதிக நேரம் படிக்க முடிந்தது. தேர்வு அறையில் வேகமாக எழுத முடிந்தது. எந்த நேரமும் உற்சாகமாக இருந்தாள்.

கஷ்டப்பட்டு படித்தும், நினைத்த அளவுக்குச் சிறப்பாக எழுத முடியவில்லையே என்கிற எரிச்சல் மகேஸ்வரிக்கு. தன் மீதே கோபம். என்ன செய்ய? அடுத்த தேர்வுக்குப் படித்தாக வேண்டும். அதற்கு உடம்பு ஒத்துழைக்க வேண்டும். தூங்காமல் படித்தால்தான் அடுத்த தேர்வு எழுத முடியும். தூங்காமல் படித்தாள். இரண்டாம் தேர்வும் முடிந்தது. தேர்வு முடிந்து வீட்டுக்கு வரும்போதே ஐஸ்ரம். மாத்திரை போட்டுக்கொண்டாள். சாதாரணமாகப் படிக்கும் அளவுகூடப் படிக்க முடியவில்லை. கண் எரிச்சல், மூன்றாவது தேர்வு பாஸ் செய்தாலே பெரிய விஷயம். தினமும் மாத்திரை போட்டுக்கொண்டு, விடாமல் கஷ்டப்பட்டு படித்தாள். ஒரு வழியாக எல்லாத் தேர்வுகளும் முடிந்தன. ரிசல்ட் வந்தது. மகேஸ்வரி ஒரு சப்ஜெக்ட்டில் ஃபெயில் மகேஸ்வரியின் பிரச்னைகளுக்கு என்ன காரணம்? தேர்வு நேரத்தில் நிறைய படிக்க வேண்டும். உட்கார்ந்து, கவனம் செலுத்தி படிப்பதற்கு உடம்பில் தெம்பு வேண்டாமா? உட்கார்ந்து படிக்கும்அளவுக்குக்கூட மகேஸ்வரிக்குச் சக்தியில்லாமல் போய்விட்டது.

'லோ ஓல்ட்டேஜ்' இருக்கும்போது, விளக்கு எப்படி எரியும்? மங்கலாகத்தான் இருக்கும். மகேஸ்வரிக்கு நடந்ததும் அதுதான்.

இதற்கு யாரையும் குற்றம் சொல்லமுடியாது. படிப்பில் எந்த அளவுக்கு கவனம் செலுத்துகிறோமோ, அதேபோல் உடல் நலத்திலும் எச்சரிக்கையாக இருந்திருக்க வேண்டும். இது ஒருநாள் இரண்டு நாளில் வந்ததல்ல. தினசரி சாப்பிடும் உணவைக்கூட சரியாகச் சாப்பிடாமல் போனதன் விளைவு. தேவையான அளவு தூங்காமல் இருந்ததன் பலன்.

சத்தான உணவு சாப்பிட்டால்தான், நன்றாக விளையாட முடியும். கவனமாகப் படிக்க முடியும். தேவைப்பட்ட அளவு தூங்கி எழுந்தால்தான், உற்சாகமாக எதையும் செய்யமுடியும். இல்லாவிட்டால், தூங்கி வழிய வேண்டியதுதான்.

உடலுக்குத் தேவையான சத்து கிடைக்க வேண்டுமானால், வெறும் சாதமும் ரசமும் மட்டும் சாப்பிட்டுக்கொண்டிருக்கக் கூடாது. சரிவிகித உணவு மன்று சொல்லப்படும் காய்கறிகள், கீரைகள், பருப்பு வகைகள், பால், பழங்கள் எல்லாவற்றையும் சேர்த்துக்கொள்ள வேண்டும்.

வண்டிக்கு பெட்ரோல் மட்டுமே போதுமா? இன்ஜினுக்கு ஆயில் போட வேண்டும்! ரேடியேட்டருக்குத் தேவையான தண்ணீர் பார்த்து ஊற்ற வேண்டும்! டயருக்குக் காற்று, மற்ற பாகங்களுக்கு வேறு மெயிண்டனென்ஸ் வேலைகள் என்று பலவும் செய்தால்தான் வண்டி பிரச்னை இல்லாமல் ஓடும். இல்லையா?

குறைவாகச் சாப்பிடுவது ஒரு பிரச்னை என்றால், அதிகமாகச் சாப்பிடுவது இன்னொரு பிரச்னை. சிலர் சாப்பிட்டுக்கொண்டே இருப்பார்கள். நிறுத்தவே மாட்டார்கள். இதனால் 'ஒபேசிட்டி' (Obesity) என்ற உடல் பருமன் நம்மைக் கஷ்டப்படுத்தும்.

எண்ணெயில் பொரித்த சிப்ஸ், அதிக வெண்ணெய், கொழுப்புச் சத்துள்ள பீட்சா, பர்கர்கள், இனிப்பு வகைகள் - இதையெல்லாம் அதிகமாகச் சாப்பிடுவது, அடிக்கடி குளிர்பானங்கள் குடிப்பது போன்ற பழக்கங்கள் சீக்கிரத்திலேயே, உடம்பில் 'கொலஸ்ட்டிராலையும் சர்க்கரை பிரச்னை'யையும் கொண்டுவந்து விட்டுவிடும்.

முப்பத்தைந்து வயதில் ஹார்ட் அட்டாக் வந்தவர்கள் உண்டு. அதிகக் கொழுப்புச் சத்துள்ள உணவுதான் காரணம்.

●

லட்சுமணன் பொறியியல் கல்லூரி மாணவன். கல்லூரி நிர்வாகம் ஏற்பாடு செய்திருந்த கண் மருத்துவ முகாமில் சோதனை செய்துகொண்டான். அவனுக்கு இரண்டு கண்களிலும் மைனஸ் பவர் புள்ளி 25 (25) இருந்தது கண்டுபிடிக்கப்பட்டது. புள்ளி 25 என்பது மிக மிகக் குறைவு. பார்வையில் பெரிய வித்தியாசம் இல்லை. ஆனால், பார்வைக் குறைவு தோன்ற ஆரம்பித்து விட்டது. 'கண்ணாடி போட்டுக் கொள்ளுங்கள்' என்றார்கள்.

லட்சுமணன் கடைக்குப்போய் கண்ணாடி வாங்கி மாட்டிப் பார்த்தான். அவரது முகத்துக்குக் கண்ணாடி அழகாக இல்லை என்று நினைத்தான். வாங்கிய கண்ணாடியைப் போட்டுக்கொள்ள வில்லை. கண்ணாடி ஒரு வருடமாக அலமாரியில் தூங்கியது.

அடுத்த வருடம் மீண்டும் சோதனை செய்து பார்த்தபோது, மைனஸ் .25 மைனஸ் 1 ஆக அதிகரித்திருந்தது. தன்னுடைய முகத்துக்கு ஏற்ப வேறு ஒரு கண்ணாடி வாங்கினான். இந்த முறையும் கண்ணாடியைத் தொடர்ச்சியாக அணிய முடியவில்லை. எப்போதாவது மட்டும் அணிந்தான். 35 வயதில் லட்சுமணனின் கண் பார்வைக் குறைவு மைனஸ் 2.5. இப்போது கண்ணாடி இல்லாமல் தூரத்தில் இருக்கும் எதையும் பார்க்க முடியாது என்ற நிலை.

'நீங்கள் புள்ளி 25 இருந்தபோதே தொடர்ந்து அணிந்து வந்திருந் தால், பிரச்னை சரியாகி, கண்ணாடி போட வேண்டிய அவசியமே இருந்திருக்காது. விட்டுவிட்டீர்களே!' என்றார் கண் மருத்துவர். கிரிக்கெட்டில் 'பை ரன்னர்' வைத்துக்கொள்ள முடியும். அடிபட்ட ஒரு ஃபீல்டருக்காக, இன்னொருவரை வைத்துக்கொள்ளலாம். ஆனால் வாழ்க்கையில்?

நம் உடம்பை நாம்தானே பாதுகாத்துக்கொள்ள வேண்டும்.

உடம்பும் வண்டி போலத்தான். ஓர் ஒப்பீடு பார்க்கலாம்.

வண்டி	உடம்பு
புது வண்டி எந்தப் பிரச்னை யும் கொடுக்காது. இழுக்கிற இழுப்புக்கெல்லாம் வரும்.	இருபது முப்பது வயது வரை பெரிய பிரச்னைகள் எதுவும் இருக்காது.
தாறுமாறாகப் பயன்படுத்தி னால், உடனடியாகப் பிரச்னை செய்யாதே தவிர, உள்ளுக்குள் இருக்கும் முக்கிய பாகங்கள் கெடத் தொடங்கும்.	முதுகுத் தண்டு (ஸ்பைன்) வயிறு, நுரையீரல் முதலிய வற்றில் பிரச்னைகள் வர ஆரம்பிக்கலாம்.
ஒரேயடியாக அதற்குத் தொந்தரவு கொடுத்தால், பிரேக் டவுன் ஆகிவிடும்	அளவுக்கு மீறிப் பயன்படுத்தி னால் தேய்ந்துவிடலாம். (ஸ்ரீநாத் பந்துக்கிண்ண மூட்டு கழன்றுபோனது)
தரமில்லாத, கலப்படம் செய்யப்பட்ட பெட்ரோல், டீசல், ஆயில் போன்ற வற்றைப் பயன்படுத்தினால், உள்பாகங்கள் கெட்டுவிடும்.	கலப்பட உணவுகள், கலப்பட சாராயம், அதிக காரம், அதிக எண்ணெய் போன்றவற்றால் ஏற்படும் பிரச்னைகள்
ஏதாவது பிரச்னை என்றால் சில ஸ்பேர் பார்ட்ஸ் வாங்கி மாற்றிக்கொள்ளலாம். விலை அதிகம். ஆனாலும் ஒரிஜினல் பார்ட்ஸ் மகிமையே தனி.	(மூக்குக்) கண்ணாடி, காண்டாக்ட் லென்ஸ், ஹியரிங் எய்ட், பல்செட், செயற்கை கைகால்கள், மாற்று சிறு நீரகம், இதயத்துக்கு பேஸ் மேக்கர் போன்ற செயற்கை உபகரணங்கள் கிடைக்கின்றன.
வண்டியைக் கவனிக்க வேண் டும். ஏதாவது வித்தியாசமான சத்தம் வந்தாலோ, ஏதாவது இடத்தில் இருந்து கசிவுகள் தெரிந்தாலோ, மெக்கானிக்கு களிடம் காட்ட வேண்டும். பிரச்னையை வளரவிடக் கூடாது. வண்டி பிரச்னை கொடுக்காவிட்டாலும் குறிப் பிட்ட காலத்துக்கு ஒருமுறை	ஜுரம், சில பாகங்களில் வீக்கம், பசியின்மை, சில பாகங்களில் உணர்வு இல்லாதது, மலச்சிக்கல், தலைசுற்றல், மங்கிய பார்வை. இப்படி அடிக்கடி வரக்கூடிய வற்றை உதாசீனம் செய்ய வேண்டாம். மருத்துவ ஆலோசனை பெறுவது நலம்.

சர்வீஸ் செய்துகொள்ள வேண்டும்.

எந்த வண்டிக்கும் கொஞ்ச மேனும் ஓய்வு வேண்டும். ஓய்வின்றி தொடர்ந்து பயன் படுத்தினால், எதிர்பாராத நேரத்தில் விழுந்து படுத்துக் கொண்டுவிடும்.

வண்டியை எப்படிப் பராமரிக்கிறோம் என்பதைப் பொறுத்து, அதன் வாழ்நாள் இருக்கிறது.

கடுமையான படிப்புக்குப் பிறகு ஓய்வு, பொழுது போக்கு. தீவிர விளை யாட்டுக்குப் பிறகு ஓய்வு போன்றவை.

சிலருக்கு 80 வயதிலும் தலை முடி இருக்கிறது. பல் கூட இருக்கிறது. அவர்களால் மற்ற இளவயதினரைப்போல சாப்பிட முடிகிறது. சரியான உணவு, குறித்த நேரத்தில் உணவு, எப்போதும் சுத்தமாக இருப்பது, உடற்பயிற்சி அல்லது விளையாட்டுகள், சரியான அளவு தூக்கம். இவை உதவும்.

உடலைச் சீராக வைத்திருக்க என்ன செய்யவேண்டும்?

- நல்ல, சரியான உணவு.

- உடலுக்குத் தீங்கு தரும் பழக்கங்களை *(சிகரெட், பான் மசாலா, குடி பழக்கங்கள்)* விட்டொழிக்க வேண்டும்.

- தினசரி ஏதாவது உடல் சார்ந்த விளையாட்டு அல்லது உடற்பயிற்சி.

- தியானம், யோகா முதலியவற்றையும் பயின்று, பயிற்சி செய்யவேண்டும்.

- அளவான தூக்கம். சரியான அளவு ஓய்வு.

- சுத்தமாக இருந்து, நோய்களில் மாட்டிக்கொள்ளாமல் இருக்க வேண்டும்.

6

படி, படி, படி!

நம்மைப் பார்ப்பவர்கள் எல்லாம் அடிக்கடி கொடுக்கும் அட்வைஸ் இது.

படிப்பதற்கு வயது ஒரு தடையே இல்லை. எந்த வயதிலும் படிக்கலாம். ஆனால், இந்த விஷயத்தைத் தவறாகப் புரிந்துகொண்டவர்கள் நிறையப் பேர்.

வேலை கிடைக்கும்போது, உடனே போய்விடவேண்டும். படிப்பை கரஸ்பாண்டென்சில் படித்துக்கொள்ளலாம் என்று தள்ளிப் போடக்கூடாது. இப்படித் தான் நிறையப் பேர் நினைக்கிறார்கள்.

அப்படித் தள்ளிப்போட்ட மாணவன்தான் சுந்தரம். +2 படிக்கும் போது, அடுத்து என்ன படிக்கலாம் என்று ஒரு சிலரிடம் ஆலோசனை கேட்டான். பொறியியல் படிப்பில் சேர அவனுக்கு விருப்பம். ஆனால், அவன் வாங்கிய மதிப்பெண் களுக்கு கேபிடேஷன் தொகை (1985-ம்

வருடம்) 40,000 ரூபாய். அந்தப் பணத்தைக் கட்டினால்தான் சீட் கிடைக்கும்.

அவனுக்குத் தெரிந்த ஒரு நபர், 'நீ AMIE படியேன். அதுவும் பொறியியல் படிப்புதான். அது BE-க்குச் சமம். முழுநேரம் கல்லூரிக்குப் போக வேண்டிய அவசியம் இல்லை' என்றார். சுந்தரத்துக்கு அந்த யோசனை பிடித்துப் போனது. அதிக செலவில்லை. அதே சமயம் BE படிப்புக்குச் சமமான படிப்பு.

ஆனால், அவனுடைய அப்பா செலவைப் பற்றிக் கவலைப்பட வில்லை. சரியான படிப்பே முக்கியம் என்பதை உணர்ந்திருந் தார். அவனுடைய அப்பாவும் மாமாவும் எவ்வளவோ எடுத்துச் சொன்னார்கள். 'பணத்தைப் பற்றி நீ கவலைப்படாதே. அது என் பிரச்னை. உனக்குப் படிப்புதான் முக்கியம். பணம் கட்டினாலும் நல்ல கல்லூரியில் முழுநேரப் படிப்பில் சேர்' என்றார்கள்.

சுந்தரம் கேட்கவில்லை.

AMIE சேர்ந்தான். படிக்கத் தொடங்கிய பிறகுதான், அது மிகவும் கடினமானது என்பது புரிந்தது. முழு நேரக் கல்லூரிபோல சொல்லிக் கொடுக்க ஆளில்லை. தேர்வு எழுதி ஒரு வழியாக பாஸ் செய்துவிட்டான். அடுத்தது வேலை தேடும் படலம்தான்.

நேர்முகத் தேர்வுகளில் AMIE என்றால் என்ன படிப்பு என்பதை விளக்கிச் சொல்ல வேண்டியிருந்தது. பொறியியல் படித்த மாணவர்களுக்குக் கிடைத்த அதே மரியாதை AMIE படித்த அவனுக்குக் கிடைக்கவில்லை.

தினம் தினம் நேர்முகத் தேர்வுகள். வழக்கம்போல விளக்கங்கள். பல்வேறு முயற்சிகளுக்குப் பின் ஒரு தனியார் நிறுவனத்தில் வேலை கிடைத்தது. இரண்டு வருடங்கள் வேலை பார்த்த பிறகு மீண்டும் பொறியியல் படிக்கும் ஆசை வந்துவிட்டது. ஒரு மாலை நேரக் கல்லூரியில் சேர்ந்து எஞ்சினியரிங் படித்தான்.

●

எதிர்காலம் குறித்த பயம் நம் எல்லோருக்குமே உண்டு. அடுத்து என்ன படிப்பது என்பதைப் பற்றி பெரும்பாலும் குழப்பங்கள் இருக்கும். இதுவரையில் நாம் என்ன செய்திருக்கிறோம் என்பது

தெளிவாகத் தெரிந்துகொண்ட நேரத்தில்தான், இப்படிப்பட்ட குழப்பங்கள் ஏற்படும். எதிர்காலம் குறித்த பயம் வரும்.

* அடுத்ததாக என்ன படிக்க வேண்டும்?

* எந்தப் படிப்புக்கு என்ன வேலை கிடைக்கும்?

* நமக்கு என்ன திறன் இருக்கிறது?

* எந்தத் துறையில் நமக்கு ஆர்வம்?

* நம்முடைய ஆர்வத்துக்கு ஏற்ற திறன் கொண்டிருக் கிறோமா?

* நம்முடைய திறனை வளர்த்துக்கொள்ள வேண்டுமா?

இவையெல்லாவற்றையும் தெரிந்துகொண்டால்தான் நம் எதிர்காலத்தை நாம் மிகச் சரியான வழியில் அடையமுடியும். அனுபவசாலிகள் சிலரிடம் இதுகுறித்து ஆலோசனை கேட்டுக் கொள்வது நல்லது.

என்னோட நண்பன் அந்தப் படிப்புதான் படித்தான். இன்னைக்கு நல்லாருக்கான். கை நிறைய சம்பாதிக்கிறான். நானும் அந்தப் படிப்புல சேர்ந்துக்கறேன்' என்று நிறையப் பேர் சொல்கிறார்கள். அவரவர் திறமைக்குத் தகுந்த படிப்பு படித்தால்தான் வாழ்க்கையை வளமானதாக்கிக் கொள்ள முடியும்.

இன்னும் ஒரு சிலர் சொல்வார்கள்: 'எங்க ஊருக்குப் பக்கத்துலயே இருக்கற காலேஜ். அதுல அந்தப் படிப்புதான் இருந்தது. நான் வேற படிப்பு படிக்கணும்ன்னா நாற்பது மைல் தள்ளி இருக்குற ஊர்லதான் போய் படிச்சுட்டு வரணும்.'

இன்றையச் சூழலில் நாற்பது மைல் தொலைவில் போய்ப் படித்துவிட்டு வருவது என்பது, பெரிய சிரமமான காரியம் அல்ல. அதற்காக நம் ஊருக்குள் இருக்கும் கல்லூரியிலேயே கிடைத்த படிப்பைப் படிக்க வேண்டும் என்பதல்ல. சிரமப்பட்டாவது நல்ல படிப்பை மட்டுமே படிக்க வேண்டும். அதுவே நம் திறமையை ஊக்குவித்து, எதிர்காலத்துக்கு வழி செய்யும்.

கஷ்டப்படாமல் படித்து விடலாம் என்று வாய்ப்புகளில்லாத படிப்பினைத் தேர்வு செய்யக் கூடாது. எந்தப் படிப்புக்கு

வாய்ப்பு இருக்கும் என்பதை அறிந்து, சிரமம் பார்க்காமல் நமக்கேற்ற படிப்பை மட்டுமே படிக்க வேண்டும்.

நமக்கான எதிர்காலத்தைத் தேர்ந்தெடுக்கும் நேரம் இதுதான். இந்தச் சூழ்நிலையில் நாம் எடுக்கும் ஒவ்வொரு முடிவும் மிக முக்கியமானது. நம்முடைய தீர்மானத்தில் தெளிவாகவும் எந்த வித சமரசமும் இல்லாமல் மிக உறுதியாக இருக்க வேண்டும்.

●

படிப்பதற்கான நேரத்தைப் பிரித்துக் கொள்வது மிகவும் அவசியம்.

இந்த வருஷம் சப்ஜெக்ட் நிறைய. படிக்கறதுக்கே நேரம் போதாது' என்று சொல்லும் மாணவர்கள் எத்தனையோ பேர் இருக்கிறார்கள். எதற்கு முக்கியத்துவம் கொடுப்பது என்பதைப் புரிந்துகொண்டு, அதை முதலில் முடிக்கக் கற்றுக்கொள்ள வேண்டும்.

உருண்டையான ஒரு கண்ணாடி பாட்டில். அந்த பாட்டிலுக்குள் சில கூழாங்கற்களையும், சின்னச் சின்னக் கற்களையும், கொஞ்சம் மணலையும் போடவேண்டும்.

எல்லோரும் முதலில் சுலபமானவற்றையே போட வேண்டும் என நினைக்கிறார்கள்.

சுமார் நான்கு அங்குல உயரத்துக்கு மணல் ஜம்மென்று உட்கார்ந்துவிடுகிறது. அதன்பின் சிறு கற்களைப் போடுகிறீர்கள். அவையும் அந்த பாட்டிலுக்குள் இருக்கும் இடத்தில் செட்டில் ஆகிவிடுகின்றன. அதன் பின் பெரிய கூழாங்கற்களைப் போடலாம். மொத்தம் நான்கு கற்கள் இருக்கின்றன. ஆனால் இரண்டு கற்களைப் போட்டதுமே பாட்டில் நிறைந்து விடுகிறது. மீதம் உள்ள இரண்டு கற்களைப் போடமுடியவில்லை.

ஆனால், இவை எல்லாவற்றையும் வேறு ஒருவரிடம் கொடுத் தால் போட்டுவிடுவார். அவருடைய சூட்சுமம் வேறு.

ஆமாம். முதலில் நான்கு கூழாங்கற்களையும் போட்டுவிட வேண்டும். அதன் பிறகு சிறு கற்கள். கூழாங்கற்கள் கொடுத்த மீதி இடத்தில் அந்தச் சிறு கற்கள் தம்மை நிறைத்துக் கொள்ளும்.

அடுத்ததாகப் போட வேண்டியது மணல்தான். மணலுக்குத் தனியிடமெல்லாம் தேவையில்லை. மணலைக் கொட்டினால் போதும். கற்களுக்கு இடையில் இருக்கும் இடங்களில் எல்லாம் மணல் தன்னை நிரப்பிக்கொள்ளும்.

முதலில் நீங்கள் செய்த அதே வேலையைத்தான் அவரும் செய்தார். அவரால் மட்டும் சரியாகச் செய்துவிட முடிந்தால், நம்மாலும் அதே வேலையைச் செய்ய முடியும். அவர் அந்த வேலையை எப்படிச் செய்தார் என்பதைக் கவனித்தால் போதும். எந்தப் பொருளுக்கு அதிக முன்னுரிமை என்று அவரிடமிருந்து கற்றுக்கொள்ளலாம். இதற்கும் நம்முடைய படிப்புக்கும் அதிக வித்தியாசமில்லை.

நாள் என்பது ஒரு மிகப் பெரிய பாட்டில். அதற்குள் நம் வேலை களை நிரப்ப வேண்டும். ஒரு சில பாடங்கள் கடினமாக இருக்கும். சில பாடங்கள் அதிகம் சிரமப்படுத்தாது. கொஞ்சம் கஷ்டப்பட்டால் படித்துவிடலாம். வேறு சில பாடங்கள் ஒருமுறை படித்துப் பார்த்தாலே போதும் - இப்படித் தனித்தனியாகப் பிரித்துக்கொண்டு, எதற்கு அதிக முக்கியத்துவம், எந்தப் பாடத்தை முதலில் படிக்க வேண்டும் என்று முடிவு செய்துவிடலாம்.

இப்படிப் பிரித்துக்கொண்டால் நேரமே இல்லை என்று சொல்வதைத் தவிர்க்கலாம். இதே போலத்தான் நம்முடைய தினசரி கடமைகளும். முதலில் படிப்பு. படிப்புக்குத்தான் முக்கியத்துவம். அதை முடித்த பின் நேரம் இருந்தால் அரட்டை, வெளியில் சுற்றுதல், தொலைக் காட்சி பார்த்தல் எல்லாம். ஒவ்வொரு நாளும் முடிக்க வேண்டியவற்றை அன்றே முடித்து விட்டுத்தான் மற்றவை என்ற பழக்கத்தை மட்டும் பழகிவிட்டால் நேரமெல்லாம் நம் வசம்தான்.

●

அந்தப் பள்ளியில் பத்தாவது படிக்கும் மாணவர்களுக்கு எந்தச் சந்தேகம் வந்தாலும் 'குமாரைக் கேளு' என்றுதான் சொல் வார்கள். படிப்பில் படு சுட்டி. முதல் நாளே எல்லாவற்றையும் படித்து விட்டு வந்து, அடுத்த நாள் வாத்தியாரிடம் சந்தேகங் களாகக் கேட்டுத் திணற வைப்பவன்.

'அவனுக்கே சந்தேகம் என்றால் கேள்வியே தவறு' என்று கொஞ்சம் மிகையாகவே சொல்வார்கள்.

அவனுக்கு இருக்கும் நண்பர்கள் பட்டாளம் ரொம்பவே பெரிசுதான். நன்றாகப் படிக்கும் ஒருவனை நண்பனாக்கிக் கொள்ள யார்தான் விரும்பமாட்டார்கள். தேர்வு சமயத்தில் கொஞ்சமாவது உதவாமலா போய்விடுவான்.

ஆனால், கொஞ்சம் மிரட்டலான நண்பர்களும் உண்டு. அவர்களோடு பயந்து பயந்தே பழகினான். அடிக்கடி அவனைக் கேலி செய்வார்கள். அவன் ஆசைப்படுவதை வாங்கிக் கொடுப்பார்கள். அவன் ஐஸ்கிரீம் கேட்டால், ஐஸ்கிரீம். படத்துக்குப் போகவேண்டும் என்றால் உடனே அந்தப் பட்டாளத்துக்கே மொத்தமாக டிக்கெட் எடுத்துவிடுவார்கள்.

'நீ மட்டும் படிடா, போதும். எங்களுக்குப் பதிலா நீ பரீட்சை எழுதிடு.'

'தலைவா, இந்த டெஸ்ட்டுக்கு நீதான் உதவணும்.

'தல, பரீட்சைக்கு மொத நாள் எங்க ஊட்டாண்ட வந்துடு நீ. அது போதும். நீ சொல்லச் சொல்ல நான் பிட் எழுதிக்குவேன். எதெல்லாம் வரும்னு நீதான் சொல்லணும்.'

நீ பாட்டுக்குப் பரீட்சை எழுது. இன்னா, உன் பேப்பரை மட்டும் சோத்துக்கை பக்கமா வைச்சுடு. நான் பார்த்துப் பார்த்து எழுதிக்கிறேன். இன்னா? சரியா?'

பரீட்சைமுடிந்ததும், 'டேய், நீ மட்டும் படிச்சு பெரியாளாயிடலாம்னு பாக்குறியா? உன்னை அப்புறம் கவனிச்சுக்கிறேன்' என்று பொருமுவார்கள்.

'டேய், எனக்கு பேப்பர் காட்டறேன்னு சொல்லிட்டு அவனுக்கே கொடுத்த இல்ல, நீ வெளில வா, உன்னைப் பார்த்துக்கறேன். ' என்று ஒருவன்...

ஆனால், இவர்கள் எல்லோரையும் சமாளிப்பது பெரிய கஷ்டம்.

இவர்களை என்ன செய்யலாம்? உடனடியாக ஏதும் செய்ய முடி யாது. ஆனால் இவர்களிடம் இருந்து ஒதுங்காமல் இந்தப் பிரச்னையை வெல்வது சிரமம். எவரோடு நட்பாக இருக்கிறோம் என்பது முக்கியம்.

இந்த நண்பர்களால் சில சமயம் தேவையில்லாமல் மாட்டிக் கொண்டதும் உண்டு.

ஒருமுறை பதினான்கு பேர் சேர்ந்து, இவன் வீட்டு வாசலில் பைக்கில் வந்து நின்றுகொண்டு, 'வெளியே போகலாம் வா' என்றார்கள்.

குமாரின் அம்மாவுக்கு அவ்வளவு பெரிய பையன்களைப் பார்த்ததும் பயம். இவ்வளவு பெரிய ஆள்களோடு தன் மகன் சிநேகிதமாக இருக்கிறானே! 'இந்தப் பசங்களெல்லாம் படிக்கிற பையன்கள்தானா?' என்று அம்மா ரகசியமாகக் காதில் கேட்டு விட்டுத்தான் போய் வா என்று அனுப்பி வைத்தாள். எல்லோரும் கிளம்பிப் போனது ஒரு Bar-க்கு. எல்லோரும் குமாரை வற்புறுத்தி உள்ளே தூக்கிக்கொண்டு போகாத குறைதான். ஆனால், குமார் எதுவும் குடிக்கவில்லை. கோக் மட்டும் வாங்கிக் கொண்டான். எல்லோரும் குடித்துவிட்டு, ஒரே கலாட்டாவாக இருந்தது. இவர்களுடைய சந்தோஷ கலாட்டாவினால், மற்றவர்களோடு பிரச்னை வந்தது. பிரச்னை பெரிதாகி கைகலப்பு நடந்தது. குமார் விட்டால் போதும் என்று வெளியே ஓடிவந்துவிட்டான். அங்கு நடந்த மன்முறையால் நான்கு பேரை மட்டும் போலீஸ் பிடித்துக்கொண்டு போனது அடுத்த நாள்தான் தெரிந்தது. இதுபோன்ற தேவையில்லாத சில சிக்கல்களும் எப்போதாவது வரத்தான் செய்கிறது.

இப்படி நடக்காமல் இருந்திருக்க முடியுமா?

● குமார், அந்தக் குதூகலத்தில் கலந்துகொள்ளாமல் இருந் திருக்கலாம்.

● பதினான்கு நண்பர்கள் வந்து கூப்பிடுகிறார்கள் என்றதும் அவர்கள் எதற்காகக் கூப்பிடுவார்கள் என்பது தெரியாமல் இருக்காது. இம்மாதிரி நண்பர்களுடன் பழக்கம் வைத்துக் கொள்வது இப்படிப்பட்ட பிரச்னைகளில்தான் கொண்டுவிடும்.

நாம் எத்தனையோ பேருடன் பழகுகிறோம். அத்தனை பேரும் ஒருவருக்கொருவர் வித்தியாசமாகத்தான் இருக்கிறார்கள். சிலர் துடுக்கானவர்களாக இருக்கிறார்கள். சிலர் அமைதியானவர் களாக இருக்கிறார்கள். சிலர் கொஞ்சம் வால்தனமாக இருந்

தாலும் இடத்துக்குத் தகுந்தாற்போல் நடந்து கொள்பவர்களாக இருக்கிறார்கள்.

துடுக்கானவர்கள் எல்லா இடங்களிலும் இருக்கிறார்கள். படிக்கும் பள்ளியில், கல்லூரியில், நாம் வசிக்கும் தெருவில் எல்லா இடங்களிலும் இப்படிப்பட்ட துடுக்கானவர்கள் இருப்பார்கள். மிரட்டுவார்கள். நம்மைக் கெடுதலான பல விஷயங்களுக்குத் தூண்டுவார்கள். அவர்கள், வயதுக்கு மீறிய பல விஷயங்களைச் செய்வார்கள். சிகரெட் பிடிப்பது, மது அருந்துவது போன்ற செயல்களைச் சந்தோஷமாகச் செய்வார்கள். சந்தோஷத்துக்காகச் செய்யத் தொடங்கும் பல செயல்களை பழக்கமாக்கிக் கொள்வார்கள். அப்படிச் செய்வதுதான் ஹீரோயிஸம் என்பார்கள்.

அவர்கள் மட்டும் செய்தால் பரவாயில்லை. குமார் போன்ற மாணவர்களையும் செய்யச் சொல்வார்கள். அப்படிச் செய்யா விட்டால், முதலில் கிண்டல் செய்வார்கள். பின்பு 'இதனாலெல்லாம் ஒண்ணும் ஆயிடாது, ஒரே ஒருமுறை... எனக்காக' என்பார்கள். ஒரு சிலர் மிரட்டவும் செய்வார்கள். அவர்கள் நமக்குக் கெடுதல் செய்யவேண்டும் என்று நினைப்பவர்கள் இல்லை. நம்மைச் சந்தோஷப்படுத்துவதாக நினைத்துக்கொண்டு செய்யும் செயல்கள்தாம் இவை. ஆனால் இவற்றின் விளைவுகள்?

பிரச்னைகளில்தான் கொண்டுபோய்விடும்.

அவர்களுக்குப் படிப்பு, ஒழுக்கம் போன்றவற்றின் மீதெல்லாம் விருப்பமில்லை.

இப்படிப்பட்டவர்களை நம்மால் அடையாளம் காண முடியாதா?

இப்படிப்பட்டவர்களை நம்மால் தவிர்க்கவே முடியாதா?

இவர்களிடம் நல்ல பெயர் வாங்க வேண்டும் என்று என்ன அவசியம்?

இவர்கள் எல்லாம் யார்? நம் வாழ்க்கையில் நம்மோடு கடைசி வரை வரப்போகிறவர்களா என்ன?

நம் வாழ்க்கையை யார் முடிவு செய்யவேண்டும்?

7

படிக்காவிட்டால் பரவாயில்லை

எல்லோராலும் படிக்க முடியும். நல்ல நிலைக்கு வரமுடியும். நம்மைப் பார்த்து, நீயெல்லாம் எங்கே படித்து முடிக்கப் போகிறாய்?' என்று சிலர் கிண்டல் செய்வார்கள். கவலையே பட வேண்டாம்.

ஒவ்வொருவரும் ஒவ்வொரு விஷயத்தில் சிறந்தவர்களாக இருக்கிறார்கள். சிலருக்கு சில விஷயங்களில் அது பளிச்சிடுகிறது. இன்னும் சிலருக்கு வேறு விஷயங்களில். அவ்வளவுதான் வித்தியாசம். எல்லாம் தெரிந்தவரும் இல்லை. ஏதும் தெரியாதவரும் இல்லை.

எல்லோராலும் மற்றவர்களின் புத்திசாலித்தனத்தைச் சரியாகப் புரிந்து கொள்ளமுடியாது. அவர்களால் நம்முடைய புத்திசாலித் தனத்தைப் புரிந்து கொள்ள முடியவில்லை என்பதால், நாம் குறைந்துவிடமாட்டோம். இப்படி முட்டாள் பட்டம் கட்டப்பட்டவர்கள்

பின்னால் பெரிய ஆளாக - இல்லை மிக மிகப் பெரிய வல்லுனர்களாகவே வந்திருக்கிறார்கள். சும்மா சொல்லவில்லை. வகுப்பறையில் ஆசிரியர் பாடம் நடத்திக்கொண்டிருந்தார். அங்கேயிருந்த மாணவர்களில் ஒருவன் அதனைக் கவனிக்காமல், ஆர்வமாக ஏதோ ஒன்றை எழுதிக்கொண்டிருந்தான். அதைக் கவனித்த ஆசிரியர், அவன் அருகில் வந்து அவனுடைய நோட்டுப் புத்தகத்தைக் குனிந்து பார்த்தபடியே, 'என்ன செய்து கொண்டிருக்கிறாய்?' என்று கோபமாகக் கேட்டார்.

'படம் வரைந்துகொண்டிருக்கிறேன்.'

ஆசிரியருக்குப் படு கோபம். அங்கே வந்த ஆய்வாளரிடம், 'இவன் மூளை வளர்ச்சி அடையாத பையன். கவனக் குறைவுள்ளவன்' என்றார்.

எல்லா மாணவர்கள் முன்பாகவும் ஆசிரியரே இப்படிச் சொல்லவும் ஆறு வயதுகூட ஆகாத அந்தப் பையன், அழுதே விட்டான். வீட்டுக்கு வந்ததும் தன் அம்மாவிடம் ஆசிரியர் சொன்னதை அப்படியே சொன்னான்.

பள்ளி ஆசிரியரால், மண்டு என்று முடிவு செய்யப்பட்ட அந்தப் பையனுக்குக் கொஞ்சம் பெரிய தலை. இதையும்கூட அந்த ஆசிரியர், அவன் பள்ளிக்குச் சேர வந்த நாளே, அவன் அம்மாவிடம் கேலியாகக் கேட்டிருக்கிறார். மூளை வளர்ச்சி குறைவோ என்று சந்தேகப்பட்டிருக்கிறார்.

அந்தத் தாயே ஓர் ஆசிரியைதான். அவருக்கு, மகனுடைய அருமை தெரியும்.

'எப்பொழுதும் ஏதாவது ஒரு புத்தகத்தைப் புரட்டிக்கொண் டிருக்கும் இவனா மூளை வளர்ச்சி இல்லாதவன்! இவனுடைய அருமை ஆசிரியருக்குத் தெரியவில்லை. போகட்டும். இனி இவனுக்கு நானே சொல்லிக் கொடுக்கிறேன்' என்று முடிவு செய்துகொண்டார். வீட்டில் வைத்தே அவனுக்குச் சொல்லிக் கொடுக்க ஆரம்பித்தார்.

அப்படி 'மூளை வளர்ச்சி இல்லாதவன்' என்று முடிவு கட்டப் பட்ட அந்தச் சிறுவனின் பெயர், தாமஸ். முழுப்பெயர், தாமஸ் ஆல்வா எடிசன்.

தனது கண்டு பிடிப்புகளுக்காக எடிசன் பெற்ற பேட்டண்ட் (Patent)களின் எண்ணிக்கை 1093. அவருடைய சில முக்கியக் கண்டுபிடிப்புகள்:

எலெக்டிரிக் பல்ப்

சிமெண்ட் கான்கிரீட்

போனோகிராப் (டேப் ரெக்கார்டர்)

சினிமா காட்டும் கருவி

டெலிகிராப்

யாரும் யாரையும் முட்டாள் என்று சொல்லலாம். விவரம் போதாது என்று மதிப்பிடலாம். ஆனால், அது உண்மையாக இருக்கவேண்டும் என்ற அவசியம் இல்லை.

எல்லா நேரங்களிலும் அனைவரையும் சரியாக மதிப்பிட முடியாது.

யார் சொன்னதையும் தீர்ப்பாக எடுத்துக்கொள்ளத் தேவையில்லை.

●

என்ன செய்தாலும் சரி. எனக்குப் படிப்பு வரவில்லை. அல்லது குறிப்பிட்ட பாடங்களில் என்னால் ஒன்றுமே செய்ய முடியவில்லை என்று சிலர் நினைக்கலாம்.

எவ்வளவு முயற்சி செய்தும் படிப்பு வரவில்லை என்றால் என்ன செய்யலாம்?

படிப்புக்குச் சமமாக ஏதாவது ஒரு துறையில் நமக்குத் திறமை இருந்தால் (இருந்தால் மட்டுமே) படிப்பை ஓரளவில் வைத்துக்கொண்டு, பாடங்களோடு மல்லுக்கட்டாமல், தன்னுடைய திறமையை வளர்த்துக்கொண்டு முன்னேறத் தொடங்கலாம்.

இசையில் ஆர்வமிருந்தால் அந்தத் துறையில் வளர்ச்சி அடைய முயற்சிகள் எடுக்கலாம்.

உலகின் மிகப் பெரிய பணக்காரர் பில்கேட்ஸ், MBA படிப்பில் சேர்ந்து படித்தார். ஆனால், அவரது மனம் Altair என்ற கம்ப்யூட்டர்களுக்கு புரோகிராம் எழுதினால் மிகவும் வேகமாக

முன்னேறலாம் என்று கணக்குப் போட்டது. MBA படிப்பினை விட்டுவிட்டு, புரோகிராம் எழுதும் தொழிலில் இறங்கிவிட்டார். சக்கை போடு போட்டுக்கொண்டிருக்கிறார்.

ஸ்டீவ் ஜாப்ஸ் என்பவர்தான் ஆப்பிள் கம்ப்யூட்டர் என்ற மாபெரும் நிறுவனத்தைத் தொடங்கியவர். உலகின் முதல் கம்ப்யூட்டர் நிறுவனமான IBM -ன் விற்பனையும் வருமானமும் குறையும் அளவு, ஸ்டீவ் ஜாப்ஸின் ஆப்பிள் கம்ப்யூட்டர் வளர்ந்தது. ஸ்டீவ் ஜாப்ஸ் என்பவரும் படிப்பைப் பாதியில் விட்டவர்தான்.

அதற்காக எல்லோரும் படிப்பதை விட்டுவிடக்கூடாது.

படிப்பது முன்னேற்றத்துக்கான நிச்சய வழி. படித்தால் உயரங்களுக்குப் போகலாம். ஆனால் சிலருக்கு உயரங்கள் அல்ல, உச்சங்களுக்குப் போகக்கூடிய அளவு திறமை இருக்கலாம்.

அந்தத் திறமையால், நம்மால் முன்னுக்கு வந்துவிட முடியும் என்ற தன்னம்பிக்கை இருக்கவேண்டும். முன்னுக்கு வந்துவிட முடியும் என்ற அந்தச் சிறு பொறி நமக்குள் எவ்வளவு பெரிய ஜ்வாலையாக எரியத் தொடங்குகிறதோ அப்போது படிப்பை நிறுத்திவிட்டு, நமக்கான துறைக்குள் இறங்கலாம். அதை முடித்தாக வேண்டும் என்கிற ஓர் அற்புதமான யோசனை இருக்கிற பட்சத்தில், அது சரிதான். மற்றபடி அவசரமில்லை. படித்து முடிக்கலாம்.

●

பிரகதி என்ற அமைப்பினர், தஞ்சாவூரில் ஒரு நிகழ்ச்சிக்கு ஏற்பாடு செய்தார்கள். வெளிநாட்டிலிருந்து வந்த இசைக்குழு, நிகழ்ச்சியை நல்லபடியாக முடித்துக் கொடுத்தார்கள். அவர்கள் தம் நாடு திரும்ப வேண்டும். சென்னை வந்து சென்னையிலிருந்து விமானம் ஏறுவதாக ஏற்பாடு. தஞ்சாவூரிலிருந்து சென்னைக்கு வரும் அந்தக் குழுவினரை வரவேற்று, சென்னையில் உள்ள ஒரு ஹோட்டலில் தங்கவைக்கவேண்டும். இந்த வேலை ஸ்டூடண்ட் கான்செப்ட்ஸிடம் கொடுக்கப்பட்டது.

ஸ்டூடண்ட் கான்செப்ட்ஸ் அந்தப் பொறுப்பை மூன்று மாணவர் களிடம் கொடுத்துவிடுகிறது.

இந்த வேலையைச் செய்துகொடுக்க மாணவர்களுக்குப் பணம் கொடுத்துவிடுவார்கள்.

ரமேஷ், பாலு, சோமன். இனி பொறுப்பு இவர்களுடையது. ரமேஷ், பாலுவுக்குப் ஃபோன் செய்து விஷயம் சொன்னான். 'நாளைக்குக் காலைல ஒரு குரூப் வர்றாங்க. அவங்களை வரவேற்க நாம் போகணும்.'

'நாம் எத்தனை பேரு?'

'நீ, நான், அப்புறம் சோமன் சேர்த்துக்கலாம். மூணு பேர் இருந்தாத்தான் வசதியா இருக்கும்.'

'சரி, நாம் என்ன செய்யணும்.'

'முதல்ல நீ சோமன் வீட்டுக்கு வா. நானும் அங்க வந்துடுறேன். மூணு பேரும் உக்காந்து பேசிடலாம்.'

கேரம் விளையாடிக்கொண்டிருந்த சோமனை எழுப்பி, மாடிக்கு அழைத்துப்போய் விவரம் சொன்னார்கள்.

'சரிடா, எங்கே போய் அவங்களைக் கூட்டிக்கிட்டு வரணும்?'
'எக்மோர்.'

வண்டி எத்தனை மணிக்கு?'

'முதல் வண்டி விடியற்காலை 4.30, அடுத்த வண்டி 4.45.'

'சரி, எத்தனை பேர் வர்றாங்க?'

'முதல் வண்டில பதிநாலு பேர். அடுத்த வண்டில எட்டுப் பேர்.'

'சரி, இவங்களை எங்கே தங்கவைக்கப் போறோம்?'

அதைப்பற்றி நீ ஏன் கவலைப்படுற. ஓட்டலில் ரூம் புக் பண்ணியாச்சு.'

'சரி, இருபத்திரண்டு பேருக்கு ஆறு டாக்ஸி வேணுமேடா?'

'நோ டாக்ஸி. மினி பஸ் வரச் சொல்லியிருக்கு. வர்றவங்களைக் கூட்டிக்கிட்டுப் போய் ஓட்டலில் இறக்கிவிட்டு வர வேண்டியது நம்ம வேலை. அதை முடிச்சிட்டு காலேஜ் போயிடலாம். டைம் சரியா இருக்கும்.'

'சரி, ஓட்டலில் யார் பேர்ல ரூம் புக் பண்ணிருக்கு?' ரமேஷ்ஃக்கு அந்த விவரம் தெரியவில்லை. 'சரி, போன் செய்து ஸ்டுடண்ட் கான்செப்ட்ஸ்ல கேளு.'

விவரம் தெரிந்துகொண்டார்கள்.

அடுத்த நாள் விடியற்காலை 4.15-க்கு எழும்பூர் ரயில் நிலையத் தில் அந்தக் குழுவின் பெயர்ப் பலகையைத் தாங்கி நின்றார்கள். வாசலில் அவர்களை அழைத்துச் செல்ல வந்த பேருந்து அமைதி யாக நின்றது.

முதலில் ரயில் வந்ததும் கைகுலுக்கி வரவேற்று, பிளாட்ஃபாரத்திலேயே பத்து நிமிடம் காத்திருக்க வைக்கலாம். அதற்குள் அடுத்த ரயிலும் வந்துவிடும். அந்த வண்டியில் வருபவர்களையும் வரவேற்ற பின், எல்லோரையும் வாசலில் நிற்கும் பேருந்துக்கு அழைத்துச் செல்லலாம் என்று திட்டமிட்டார்கள்.

முதல் ரயில், பத்து நிமிடம் தாமதமாக வந்து சேர்ந்தது. அவ்வளவு நேரம் காத்திருந்த மூன்று பேரும் அவர்கள் பதினான்கு பேரையும் புன்சிரிப்பால் வரவேற்றனர். எல்லோரும் அவரவர் பெட்டியைக் கீழே வைத்துவிட்டு இரண்டு நிமிடம் பேசிக்கொண்டிருந்தார்கள். அதற்குள் ஒரு சிலர் கிளம்புவதற்கு அவசரப்பட்டார்கள். இந்த நேரம் போர்ட்டர் கூட்டம் அவர் களைச் சூழ்ந்துகொண்டது. அவசரப்பட்டவர்கள் பெட்டிகளை போர்ட்டரிடம் கொடுத்துவிட்டார்கள்.

போர்ட்டர் வெளியே வேகமாக விரையத் தொடங்கினான். பெட்டியைக் கொடுத்தவர்கள் போர்ட்டரைத் துரத்திக்கொண்டு பின்னாலேயே ஓடினார்கள். வண்டியை அடையாளம் காட்ட அவர்கள் பின்னால் சோமன் ஓடினான்.

பாலு, உடனே மற்ற விருந்தினர்களையும் அழைத்துக்கொண்டு பேருந்துக்கு விரைந்தான்.

ரமேஷ், அடுத்த ரயிலுக்காகக் காத்துக்கொண்டிருந்தான்.

வெளியே பேருந்தில் ஏறிய விருந்தினர்கள் ஸ்பொறுமை இழந்தார்கள்.

4.45-க்கு வரவேண்டிய ரயில் 5.10-க்கு வரும் என்று அறிவிப்பு வந்தது.

ரமேஷ், உடனே வெளியே போய் சோமனிடம் ரயில் தாமதமானதைச் சொன்னான்.

அடுத்த நிமிடமே சோமன் முடிவெடுத்தான். 'நான் இவங்க எல்லோரையும் கூட்டிக்கிட்டு போறேன். நீயும் பாலுவும் சேர்ந்து அடுத்து வர்றவங்களை ஒரு டாக்ஸி வைச்சு கூட்டிக்கிட்டு வந்துடுங்க.'

இரண்டாவது ரயில் வந்தது.

தங்களை ஏற்றிச் செல்லப் பேருந்து இல்லையென்று தெரிந்து ஒரு சிலர் சத்தம் போட ஆரம்பித்தார்கள். பாலு அவர்களிடம் பேசிக்கொண்டிருந்தான். ரமேஷ் அதற்குள் மூன்று டாக்ஸிக்களை அழைத்து வந்தான்.

எல்லோரையும் அழைத்துக்கொண்டு போய் ஓட்டலில் விட்டு விட்டு கீழே இறங்கியபோது, மணி 6.30. ஸ்டூடண்ட் கான்செப்ட்ஸுக்குப் போன் செய்து விவரம் சொல்கிறார்கள். வண்டி தாமதமாக வந்தது. டாக்ஸி பிடித்து ஹோட்டலில் தங்கவைத்துவிட்டுத் திரும்பியதுவரை விவரமாகச் சொன்னார்கள். டாக்ஸிக்கான பணத்தைத் தனியே கொடுத்துவிடும்படி கேட்டுக் கொண்டார்கள்.

பணம் தருவதாக ஒப்புக்கொண்டதும் மூவருக்கும் ஒரு வேலையை முடித்த திருப்தி வந்தது.

●

ஒரு செயலுக்கு எப்படித் தயாராவது? அந்தச் செயலைச் செய்வதற்கு எப்படி திட்டம் தீட்டுவது? ஒரு விஷயத்தை எப்படிச் சமாளிப்பது? ஏதும் பிரச்னை என்றால் விரைவாக எப்படி முடிவெடுப்பது?

இத்தனை விஷயங்களையும் கற்றுக்கொண்ட இந்த மூன்று மாணவர்களுக்கும் என்ன வயது இருக்கும்?

அதிகமில்லை. மூவருக்கும் 19 வயதுதான்.

19 வயதில் கிடைத்த இந்த வித்தியாசமான அனுபவம் அவர்களிடமிருந்த பயத்தைப் போக்கிவிட்டது. இனி இது மாதிரி எந்த வேலை கொடுத்தாலும் ஜமாய்த்து விடுவார்கள்.

இதைவிட வேறு என்ன வேண்டும். பயம் போய்விட்டது. சமாளிக்கும் துணிச்சல் வந்துவிட்டது.

இப்படி எவ்வளவோ அனுபவங்கள் பெற்றவர்கள், நேர்முகத் தேர்வுகளுக்கும் குரூப் டிஸ்கஷன்களுக்குமா பயப்படும் வார்கள். இப்படிப்பட்ட அனுபவம் பெற்றவர்களுக்குத்தானே அட்வான்டேஜ்!

மனிதவளத்துறையினர் இதைத்தான் காம்பிடெண்ட் (Competent) என்பார்கள். Competency என்றால் அறிவு, திறன், மனோபாவம் (Knowledge, Skill and Attiude) என்பனவற்றின் கலவை.

படிப்பு நிச்சயமாக அறிவைத் தரும். ஆனால் மற்ற இரண்டும் படிப்பால் மட்டும் கிடைத்துவிடாது. வெறும் புத்தகப் புழுவாக இருக்கும் ஒருவனுக்குச் செயல்திறனும் சரியாகச் செய்யும் மனபலமும் இருக்காது.

மூன்று மாணவர்களும் ரயில்வே ஸ்டேஷன் போனதன் மூலமாகப் பெற்றது, கிடைத்தற்கரிய அனுபவம். அதன் மூலம் பிரச்னைகளைச் சமாளிக்கும் திறன் வருகிறது. அனுசரித்துப் போகும் மனோபாவம் வருகிறது. எதிர்பாராத சமாசாரங்கள் நடக்கலாம் என்பதைப் புரிந்துகொள்ளும் பக்குவம் கிடைக்கிறது.

பள்ளிகளிலும் கல்லூரிகளிலும் இப்படிப்பட்ட வாய்ப்புகள் தாராளமாகக் கிடைக்கின்றன. NCC-ல் சேர்ந்துவிடுவது நல்லது. கல்சுரல்ஸ் அல்லது ஸ்போர்ட்ஸ் அல்லது பிராஜெக்ட் வேலை கள் இப்படிப்பட்ட அனுபவங்களைக் கொடுக்கும். விரும்பி, தேடிப்போய் ஏற்றுக்கொள்ள வேண்டும். கல்வி நிறுவனங்களில் ஏற்பாடு செய்யப்படும் கல்விச் சுற்றுலாக்களைத் தவிர்க்க வேண்டாம். அவற்றையும் முறையாகப் பயன்படுத்திக்கொள்ள வேண்டும்.

●

படிப்பு தவிர, பொது அறிவுத் தகவல்களையும் தெரிந்து வைத்திருப்பவர்களுக்கு எப்போதுமே மதிப்பு அதிகம். மதிப்பு மட்டுமல்ல, வாய்ப்புகளும் அதிகம்.

பலருடன் பழகவேண்டும். பேசவேண்டும். அதற்குப் பல விஷயங்களைப் பற்றித் தெரிந்திருக்கவேண்டும்.

நாம் அனைவருமே பொழுதுபோக்குக்காகத் திரைப்படங் களையோ, தொலைக்காட்சி நிகழ்ச்சிகளையோ, விளையாட்டுப் போட்டிகளையோ பார்க்கிறோம். பார்க்கலாம். ஆனால், ஓர் அளவோடு நிறுத்திக்கொள்ள வேண்டும்.

அடுத்து இசை. லோக்கல் டப்பாங்குத்து முதல் மைக்கேல் ஜாக்ஸன்வரை அத்தனையும் இசைதான். எனில், எல்லா வற்றையும் பற்றி நாம் தெரிந்து வைத்திருக்க வேண்டுமா? அதற்கான அவசியம் என்ன வந்துவிட்டது?

இருக்கிறது. உலகம் எந்த இசையைக் கேட்கிறது என்பதை நாம் தெரிந்து வைத்திருக்கத்தான் வேண்டும். உலகம் எதைச் செய்கிறதோ அதை அப்படியே ஈயடிச்சான் காப்பி அடிக்க வேண்டும் என்பதல்ல அதன் பொருள்.

ரசனை எப்படி மாறிவருகிறது என்பதை நாம் தெரிந்துகொள்ள வேண்டும். நம் நண்பர்கள் எதை அதிகம் ரசிக்கிறார்கள்? அமெரிக்காவில் பிரிட்டனில் ஆப்பிரிக்காவில்? லத்தீன் அமெரிக்காவில் ரஷ்யாவில்?

இசை என்பது கலாசாரம். ஒருவருடைய கலாசாரத்தைத் தெரிந்துகொள்ளவேண்டுமானால், அவர் விரும்பும் இசை என்ன என்பதைத் தெரிந்துகொண்டால் போதும். லத்தீன் அமெரிக்க நாடுகளை எடுத்துக்கொண்டால், அவர்களுக்கென்று பிரத்தியேக மான இசை வடிவங்கள் இருக்கும். துள்ளலும் துடிப்புமான இசை வடிவங்கள் அவை. காலை எழுந்தது முதல் இரவு படுக்கப் போகும்வரை அவர்களுக்கு இசை உடன் இருந்தாக வேண்டும்.

சினிமாப் பாடல்களை மட்டுமே கேட்டு, திருப்தி அடைந்து விடாமல், உலக இசை பற்றியும் நாம் தெரிந்து வைத்திருக்க வேண்டும். அதற்கு இளம் வயதுதான் ஏற்றது.

நல்ல இசையைக் கேட்பதன் மூலம் நல்ல ரசனையை உருவாக்கிக்கொள்ள முடியும்.

●

அடுத்து, உலக சரித்திரம்.

பள்ளிக்கூட சரித்திரம் ஏட்டுச் சுரைக்காய். 'அசோகர் வந்தார் மரத்தையோ செடியையோ நட்டார்' என்பதோடு முடிந்துவிடும் அந்தச் சரித்திரம். அதை நாம் கடனே என்றுதான் படித்திருப் போம். முடிந்தால் நினைவுபடுத்திப் பாருங்கள். சிறு வயதில் படித்த சரித்திரப் பாடங்களில், இப்போதும் நம் நினைவில் தங்கும் பெயர்கள் என்னென்ன? நாடுகள் என்னென்ன? சரித்திர நிகழ்வுகள் என்னென்ன? தெரிந்த நாடுகள், தெரிந்த மலைகள், கடல்கள், நதிகள் என்னென்ன?

அடிப்படை சரித்திரம் தெரிந்திருக்க வேண்டியது அவசியம். அத்தியாவசியம் என்றுகூட சொல்லலாம்.

படித்து முடித்து பட்டம் வாங்கியாச்சு என்று சும்மா இருக்கக் கூடாது. நல்ல புத்தகங்களைத் தேடிப்பிடித்து வாசிக்கும் பழக்கத்தை எப்போதும் தொடர வேண்டும். சரித்திரம் என்பது அனுபவங்களின் தொகுப்பு. ஒரு தேசத்தின் அனுபவம். ஒரு தேசத் தலைவரின் அனுபவம். சரித்திரத்தை வாசிப்பதன் மூலம் பலருடைய தேர்ந்த அனுபவங்களை நம்மால் உள்வாங்கிக் கொள்ள முடியும். உதாரணத்துக்கு, க்யூபா, சிங்கப்பூர் போன்ற தேசங்களை எடுத்துக்கொள்ளுங்கள். க்யூபா ஒரு கம்யூனிஸ தேசம். சிங்கப்பூர் அதற்கு நேர் எதிர். இரண்டுமே இன்று முன்னேறிய நாடுகளின் வரிசையில் வருகின்றன. எப்படி? க்யூபாவின் முன்னேற்றத்துக்கு யார் காரணம்? சிங்கப்பூரின் முன்னேற்றத்துக்கு? சிங்கப்பூர் சாலைகள் மட்டும் எப்படி, கழுவிவிட்டதைப்போல் எப்போதும் சுத்தமாக இருக்கின்றன? வசதி வாய்ப்புகள் அங்கு மட்டும் ஏன் உச்சத்தில் இருக்கின்றன? ஜப்பான் இரண்டாம் உலகப்போரின்போது சின்னாபின்னமான தேசம். எப்படி மீண்டு வந்தது? யாரால்? தனிப்பட்ட ஒரு தலைவராலா? அல்லது மக்களாலா? மக்களால் எனில், எப்படி?

ஜப்பானிடமிருந்து கற்றுக்கொள்ளலாம். க்யூபாவிடமிருந்து கற்றுக்கொள்ளலாம். சிங்கப்பூரிலிருந்து கற்றுக்கொள்ளலாம்.

சரித்திர அறிவு நம் புத்தியை விசாலப்படுத்துகிறது. நம்மை வழிநடத்துகிறது. சிறந்ததைச் செய்யத் தூண்டுகிறது.

●

எப்போது பார்த்தாலும் சினிமாவைப் பற்றியும் நடிகர், நடிகை களைப் பற்றிய கிசுகிசுக்களைப் பற்றியும் பேசிக்கொண்டிருக்கக்

கூடாது. அதேபோல்தான் அரசியலும். அரசியல் அடிப்படை
களை விவாதிக்கலாம். முக்கியப் பிரச்னைகளை விவாதிக்
கலாம். ஆனால், அரசியல்வாதிகளின் தேவையற்ற, பரபரப்பான
தனிப்பட்ட வாழ்க்கையைப் பற்றி விவாதிப்பதால் எந்தவொரு
பயனும் இல்லை. வெட்டிக் கதை பேசுவதில் எந்தப்
பயனுமில்லை.

வாழ்க்கையில் முன்னேறிய பலரும் அவர்கள் நண்பர்களைச்
சந்தித்தால் என்ன பேசுவார்கள்? அவர்களும் சினிமா,
விளையாட்டுகள், கதைகள்தான் பேசுவார்கள். ஒரு வித்தியாசம்
அவர்கள் பேசுவது, உலக அளவில் சிறந்ததாக இருக்கும். நாம்
தேர்ந்தெடுக்கும் துறையில் நாம் சிறந்து விளங்க வேண்டுமானால்,
நாமும் அப்படித்தான் இருக்கவேண்டும். ஆரம்பத்தில் கொஞ்சம்
சிரமமாக இருக்கலாம். ஆனால் எதுவுமே போகப் போகச்
சுலபம்தானே! அப்படியானால், சினிமாவே பார்க்கக்கூடாதா?
மசாலாப் படங்களைத் தவிர்த்து நல்ல திரைப்படங்களைப்
பார்க்கலாம். நிறையப் புத்தகங்கள் படிக்கலாம். மொழி அறிவை
வளர்த்துக்கொள்ளலாம். ஆங்கிலப் புத்தகங்கள் படிக்கலாம்.

ஆங்கிலமா?

அதுவும் முழுப் புத்தகத்தையும் படித்து முடிப்பதா? மலைப்பே
வேண்டாம். முதலில் சுவாரஸ்யமான கதைகள் படிக்கலாம்.
முதலில் கொஞ்சம் படுத்தும். புரியவில்லையே என்று
கவலையே படவேண்டாம். போகப் போகப் பழகிவிடும்.
நிறையக் கற்றுக்கொள்ளலாம்.

ஒரு மாதம் விடாமல், தினமும் கொஞ்ச நேரம் படித்தால்,
தன்னால் வந்துவிடும். கூடுதல் போனஸாக ஆங்கிலமும்
சரளமாகப் பேச வந்துவிடும். எங்களுடைய சின்ன ஊரில்
இதெல்லாம் எங்கே கிடைக்கப்போகிறது என்று ஒதுங்க
வேண்டாம். இன்டர்நெட் என்கிற அமுதசுரபி இப்போது
பெரும்பாலான கிராமங்களில் வந்துவிட்டது.

இணையத்திலேயே எத்தனையோ புத்தகங்கள் கிடைக்கின்றன.

பயம்தான் நம்மைப் பல விஷயங்களைச் செய்யமுடியாமல்
தடுக்கிறது. ஆங்கிலம் பேச வேண்டும் என்று ஆசை. ஆங்கிலம்
தெரிந்துகொண்டால்தான், நான்கு பேருடன் பேசமுடியும் என்று

தெரியும். ஆங்கிலம் இல்லாவிட்டால் அலுவலகங்களில், கல்லூரிகளில் குப்பை கொட்ட முடியாது என்று தெரியும்.

ஆங்கிலம் கற்றுக்கொள்ள ஆசைதான். ஆனால், பயம்.

தவறாகப் பேசிவிட்டால் என்ன செய்வது? இலக்கணக் குற்றம் வந்துவிட்டால்? சொற் குற்றம் வந்துவிட்டால்? பொருள் குற்றம் வந்துவிட்டால் கூடியிருப்பவர்கள் என் அறியாமையைக் கண்டு கொல்லென்று சிரித்து, மானத்தை வாங்கிவிட்டால்?

சரி. எத்தனை நாளைக்கு இப்படியே பயந்து பயந்து வாழ்வது?

ஆங்கிலம் ஒரு மொழி. எல்லா மொழிகளையும் போலவே சிறிது சிறிதாகக் கற்றுக்கொள்ள வேண்டிய ஒரு மொழியும் கூட. கற்றுக் கொள்ளுதல் என்றாலே தவறு செய்வதுதான். காரணம், தவறாகச் செய்தால் மட்டுமே சரி எது என்பது புலப்படும். இல்லையா?

குழந்தைகள் எப்படிப் பேசுகின்றன? சங்க காலத் தமிழிலா? இலக்கண சுத்தமாகவா? இல்லையே! தத்தித் தத்தி, மழலை மொழியில் ஆயிரத்தெட்டு தப்புகளுடன்தானே பேசுகின்றன? ஆனால் விஷயம் அதுவல்ல. வளர வளர அந்தக் குழந்தைகளின் மொழித்திறனும் வளர்கிறது அல்லவா?

ஆங்கிலத்தைப் பொறுத்தவரை நாம் குழந்தைகள். அப்படி நினைத்துக் கொள்வோம். சிறிது சிறிதாகக் கற்றுக் கொள்வோம். அதற்கு முன்னால், பயத்தைச் சுக்குநூறாகச் சிதறடிப்போம்.

சரி, எவ்வளவு முயன்றும் ஆங்கிலம் வரவில்லை. சுட்டுப் போட்டாலும் வரவில்லை. என்ன செய்யலாம்?

இரண்டு வழிகள். ஒன்று, நம் முயற்சியை மேலும் கடுமையாக்கு வது. நீயா நானா பார்த்துவிடுவோம் என்று கோதாவில் இறங்கு வது. இரண்டாவது வழி, ஆங்கிலம் தெரியவில்லை என்னும் குறையை, வருத்தத்தைச் சுத்தமாகத் துடைத்து எறிவது.

ஏற்கெனவே பார்த்ததுபோல், ஆங்கிலம் ஒரு மொழி. அவ்வளவுதான். அதற்கு மேல் ஒன்றும் இல்லை. ஆங்கிலம் தெரியாவிட்டால் உயிர் வாழவே முடியாது என்று ஒருவராலும் சொல்ல முடியாது.

ஜப்பானியர்களை எடுத்துக் கொள்ளுங்கள். முழுக்க முழுக்க தங்கள் தாய்மொழியை மட்டுமே நம்பியிருப்பவர்கள் அவர்கள். எங்கும் ஜப்பானிய மொழி. எதிலும் ஜப்பானிய மொழி. சாலையில், ஹோட்டலில், செய்தித் தாளில், அலுவலகத்தில், அரசாங்கத்தில், பள்ளிகளில், சினிமா அரங்குகளில், வங்கிகளில்.

ஜப்பானியர்களுக்கு ஆங்கிலம் வராது. ஆனால், அதற்காக அவர்கள் முகத்தைத் தூக்கி வைத்துக்கொண்டு உட்கார்ந்துவிட வில்லை. எங்கள் தாய் மொழியே போதும் என்று ஒன்று சேர்ந் தார்கள். சாதித்தும் காட்டினார்கள்.

●

அடிப்படையில் நாம் கவனிக்க வேண்டியது இதைத்தான். புதிய விஷயங்களைத் தெரிந்துகொள்வதில் ஆர்வம் காட்ட வேண்டும். அதற்கு டீன் ஏஜ்தான் சிறந்தது.

என்னென்ன தெரிந்துகொள்ளவேண்டும்?

● நல்ல திரைப்படங்கள் பார்ப்பது.

● நல்ல நாவல்கள், கதைகள் படிப்பது.

● பலவிதமான விளையாட்டுகள் பற்றிய அறிவு, விளையாடும் திறன்.

● பலவிதமான இசை பற்றிய அறிவு.

● கம்ப்யூட்டர் பற்றிய விவரங்களைத் தெரிந்து வைத்திருப்பது.

● சர்வதேச அரசியல், பொருளாதாரம் பற்றிய அடிப்படை விஷயங்களைத் தெரிந்து வைத்திருப்பது.

● தாய் மொழி, ஆங்கிலம் தவிர, பிற மொழிகள் எழுத, பேசக் கற்றுக் கொள்வது.

● எங்கே வாய்ப்புக் கிடைத்தாலும் பொறுப்புகளை ஏற்றுக்கொண்டு, செய்து பழகுவது.

இவ்வளவுதான். இவற்றை முறையாகக் கொஞ்சம் கொஞ்ச மாகச் செய்துகொண்டே வந்தால், நேர்முகத் தேர்வுகளில் மட்டுமல்ல, வாழ்க்கையில் முன்னேறவும் பெரும் உதவியாக இருக்கும்.

8

நண்பர்கள்

சீனுவாசன். ஆன்ட்டிபயாட்டிக்ஸ் மாத்திரைகள் சாப்பிட்டு வயிறு முழுக்கப் புண் ஆகிவிட்ட சீனுவாசன். அடிக்கடி லீவு எடுக்கிறீர்கள். உங்களை ஏன் வேலையில் இருந்து நீக்கக்கூடாது?' என்று கேட்டு கம்பெனி நிர்வாகம் கொடுத்த கடிதத்தால் கவலைப்படும் சீனுவாசன். அவருடைய மனைவி மற்றும் பிள்ளைகளே அவரிடம் அன்பாக இல்லாமல் வெறுப்பைக் காட்டுவதால் கவலைப்படும் அதே பரிதாபத்துக்கு உரிய சீனுவாசன்தான்.

வயது 46. அதற்குள் அவருக்கு ஏன் அவ்வளவு பிரச்னைகள்? இத்தனைக்கும் சீனுவாசன் மிகவும் நல்ல மனிதர். அவருக்கு தற்சமயம் இருக்கும் மூன்று பிரச்னைகளுமே மிகவும் கடுமையானவை.

- தீராத வயிற்று வலி.

- வேலை போய்விடும்போல இருக்கிறது.

- ஆறுதல் சொல்லி அன்பாய் இருக்க வேண்டிய குடும்பமும் அவரை வெறுத்து ஒதுக்குகிறது.

இந்த மூன்று பிரச்னைகளுக்கும் காரணம் அவர்தான். அவர் மட்டும், பன்னீர்செல்வம்போல நடந்திருந்தால், இந்தப் பிரச்னைகள் எதுவுமே அவருக்கு வந்திருக்காது.

●

பன்னீர்செல்வம். வயது 17. பிளஸ் டு படிக்கிறான். அவனுடைய அப்பா ஒரு கிளார்க். ஒரு தங்கை. அம்மா. வீட்டில் அவ்வளவு வசதியில்லை. அவனுக்குச் சில நண்பர்கள். அவர்களுடன் சேர்ந்து வெளியில் போவான், வருவான். அவனுடைய நண்பர்களிலேயே செல்வராஜ்தான் பெரிய பணக்காரன். அவனுடைய அப்பா, துணி வியாபாரம் செய்கிறார். செல்வராஜ் அவருக்கு ஒரே பிள்ளை. விலையுயர்ந்த சட்டைகள் போடுவது, அடிக்கடி செல்ஃபோனை மாற்றுவது, பெண்களைப்பற்றி கமெண்ட் அடிப்பது ஆகியவற்றில் அவனுக்கு அலாதி ஆர்வம்.

செல்வராஜ்தான் எல்லோருக்கும் செலவழிப்பான். ஒருநாள், செல்வராஜ் அவர்களை ஒரு ஹோட்டலுக்கு அழைத்துச் சென் றான். ஃபுல் ஏசி. பார்க்கவே பிரமிப்பாக இருந்தது. உள்ளே நுழையும் பொழுது, பன்னீருக்கு இன்னும் கொஞ்சம் நல்ல சட்டையாகப் போட்டுக்கொண்டு வந்திருக்கலாமோ என்று தோன்றியது. உள்ளே ஒரு பார் (Bar). எல்லோருக்கும் சந்தோஷமாக இருந்தது. கூடவே கொஞ்சம் திரில்லாகவும் இருந்தது. பேரர், மெனு கார்டை செல்வராஜிடம் கொடுத்தார். செல்வராஜ் அந்தக் கார்டைப் புரட்டினான். பின்பு ஸ்டைலாக அதை மூடிவிட்டு, அஞ்சு கல்யாணி பியர், நல்லா சில்ட்டா' என்றான். 'பியரா?' என்று அதிர்ச்சியாகக் கேட்டான் பன்னீர்.

'சும்மாயிருடா' என்று அதட்டினான் ரவி. 'எங்கப்பாவுக்குத் தெரிஞ்சா...' என்று இழுத்த பன்னீரை இந்தமுறை செல்வராஜ் அதட்டினான். அதற்குப் பிறகு பன்னீர் வாயைத் திறக்கவில்லை. 'பியர்டா இது. இது ஆக்ச்சுவலா டிரிங்ஸ்ஸே கிடையாது. பார்லி வாட்டர். உடம்புக்குக் குளிர்ச்சி. இதைக் குடிச்சா, சம்மர்ல

உடம்பு கூலாயிடும்.' பன்னீரின் முகத்தைப் பார்த்து சமாதான மாகச் சொன்னான், பீட்டர்.

பீர் வந்தது. எல்லோரும் கோப்பைகளைக் கைகளில் எடுத் தார்கள். 'சியர்ஸ் சொல்லிட்டு சாப்பிடுங்கடா' செல்வராஜ் கற்றுக் கொடுத்தான். சிரித்தபடி, 'சியர்ஸ்' என்று கோரஸாகச் சொல்லிவிட்டு மெல்லப் பருகினார்கள். பன்னீருக்கு என்ன செய்வது என்று புரியவில்லை. பேசாமல் உட்கார்ந்திருந்தான். அவனை, சரியான 'ஞானப்பழம்' என்றார்கள். 'சொம்பு' என்றார் கள். 'இதுக்கே இவ்வளவு பயந்து சாவுறானே... எப்படிடா பிழைக்கப்போறான்' என்று கேலி செய்தார்கள். பன்னீர் செல்வத்துக்கு அங்கே இருக்கவே முடியவில்லை. வறுத்த வேர்க்கடலையும் உருளைக்கிழங்கு சிப்ஸ்ஸ்ஸூம் வந்தன. மீண்டும் செல்வராஜ் ஆரம்பித்தான். 'சரிடா ஃபுல்லா சாப்பிட வேணாம். ஒரே ஒரு சிப் குடி. போதும். மிச்சத்தை நான் முடிச்சிடு றேன்.'

பன்னீர் முகத்தில் கலவரம். ஆனாலும் பேசாமல் உட்கார்ந் திருந்தான். மற்றவர்கள், 'நீ கொஞ்சமாவது சாப்பிட்டால்தான் நாங்களும் சாப்பிடுவோம்' என்று வற்புறுத்தினார்கள்.

'நான் வீட்டுக்குப் போறேன்' என்று பன்னீர் சட்டென்று எழுந்தான். பீட்டர் அவனைக் கையைப் பிடித்து இழுத்து உட்கார வைத்தான். செல்வராஜ் மூட் அவுட் ஆனான்.

ரவி, கோப்பையை எடுத்து, பன்னீரின் வாயருகில் கொண்டுபோய்க் குடிக்கச் சொல்லிக் கட்டாயப்படுத்தினான். பன்னீருக்கு அழுகை வந்துவிடும் போலிருந்தது.

ரவியின் கையை தட்டி விட்டுவிட்டு, பன்னீர் தீர்மானமாக எழுந்தான். நான் போறேண்டா, நாளைக்குப் பார்க்கலாம்.'

இன்னிக்கு ஒரே ஒரு நாள்டா... ப்ளீஸ் நண்பர்கள் எவ்வளவு வற்புறுத்தியும் குடிக்க மறுத்துவிட்டான் பன்னீர்.

இப்ப நீ சாப்பிடலன்னா நாங்க யாரும் உன்கூடப் பேச மாட்டோம் ஒரு பிரம்மாஸ்திரத்தைத் தூக்கி அவன் மேல் போட்டார்கள். அப்படியும் மறுத்து விட்டான்.

பன்னீர் வீட்டுக்கு வந்தான். ஹாலில் அப்பா டி.வி. பார்த்துக்கொண்டிருந்தார். உள்ளே அம்மா, தங்கைக்குப் பாடம்

சொல்லிக் கொடுத்துக்கொண்டிருந்தார். தங்கையின் பக்கத்தில் ரம்யா. ரம்யா பன்னீர் செல்வத்தின் மாமா பெண். மாமா இறந்து ஒரு வருடமாகிறது. குடிப்பழக்கத்தால், லிவர் வீங்கிப்போய் இறந்தவர் அவன் மாமா.

●

ஃப்ரெண்ட்ஷிப் என்றால் என்ன? அவர்களுக்காக எதைச் செய்யலாம்? எதைச் செய்யக்கூடாது? ஏன் இப்படிப்பட்ட சூழ்நிலைகளில் மாட்டிக்கொள்ள நேருகிறது? இப்படிப்பட்ட சூழ்நிலைகளில் இருந்து தப்பிக்க வேறு வழிகள் இருக்கின்றனவா? பன்னீர் தெளிவாக இருந்ததால் தப்பித்தான்.

நண்பர்கள், பன்னீருடன் பேசமாட்டோம் என்று மிரட்டினார் களே தவிர, பன்னீருடன் பேசத்தான் செய்தார்கள். பன்னீர் 'தண்ணி' சாப்பிடமாட்டான்' என்று அவர்களே சமாதானம் செய்து கொண்டார்கள். அதை மற்ற இடங்களிலும் சொன்னார்கள்.

பன்னீர், ஒரே ஒருநாள் தீர்மானமாக, தெளிவாகக் குடிக்க மாட்டேன் என்று மறுத்தது, பின்னால் அவனை எத்தனையோ சிக்கல்களில் இருந்து காப்பாற்றிவிட்டது.

வேடிக்கை என்னவென்றால், அதற்குப்பிறகு அவனது நண்பர்கள் எந்த விஷயமாயிருந்தாலும் பன்னீரிடம்தான் ஆலோசனை கேட்டார்கள்.

அன்று அவனும், 'கொஞ்சம்தானே' என்றோ ஓரே ஒரு நாள் தானே' என்றோ சாப்பிட்டிருக்கலாம். நண்பர்கள் பாராட்டி இருப்பார்கள். அன்று ஜாலியாக இருந்திருக்கும். பின்னால் அவனும் இன்னொரு R.R. சீனுவாசன் ஆகியிருப்பான்.

பன்னீர் தாற்காலிக சந்தோஷத்தை வேண்டாம் என்றான். எதிர்ப்பை ஏற்றுக்கொண்டான். சமாளித்தான். உண்மையில், அவன்தான் எல்லோரையும்விட பலசாலி.

தனக்குச் சரி என்று படுவதைச் சொல்வதற்கும் செய்து காட்டவும் தான் மனோதைரியம் வேண்டும். பன்னீர் கோழையோ, ஞானப் பழமோ இல்லை. அவன் பின்னால் பெற்ற மதிப்பெண்களும் வாங்கிய வேலைகளும் சம்பளமும்தான் அதற்குச் சான்று.

எங்கே, யாரிடம் நமது மதிப்பு உயர வேண்டும்? முடிவெடுப்பதற்கு முன் எதைப்பற்றி யோசிக்க வேண்டும்? பிரச்னையைப் பற்றி மட்டுமா? அல்லது பின்விளைவுகளைப் பற்றியா?

குடி மட்டுமில்லை. சிகரெட், பான் மசாலா போன்ற வேறு சில பழக்கங்களும் இருக்கின்றன. இவற்றை வேடிக்கைக்காகத் தொட்டுவிட்டு, விடமுடியாமல் R.R. சீனுவாசனைப்போல அவதிப்படுபவர்கள் ஏராளம். எது உண்மையான 'ஃப்ரெண்ட்ஷிப்' அறிமுகம் ஆகிறவர்கள் எல்லாம் நண்பர்களா? பக்கத்தில் குடியிருப்பதாலேயே, ஒரே தெருவில் வசிப்பதாலேயே, ஒரே வகுப்பில் அல்லது பள்ளியில் படிப்பதாலேயே எல்லோரும் நமக்கு நண்பர்கள் ஆகிவிட முடியுமா?

நல்ல நண்பர்களை நாம் தேர்வு செய்ய வேண்டும்.

யாருடன் பழகுகிறோமோ அவர்களது பழக்க வழக்கங்களையும் நாம் ஏற்றுக்கொள்ள வேண்டிவரும். சிந்தனைகளும் யோசனைகளும் அவர்களை ஒட்டியே இருக்கும்.

'படித்தது போதும். பாஸ் பண்ண வேண்டும் அவ்வளவுதான்' என்கிற மாதிரியோ, 'அதெப்படிடா ஒரு மார்க் போச்சு... செண்டம் வரணுமே, ரீவேல்யு வேஷன் கேளு' என்கிற மாதிரியோ சிந்தனைகள் வருவதற்குக்கூட இருப்பவர்கள்தான் காரணம்.

யார் எதைச் சொன்னாலும் செய்வது புத்திசாலித்தனமில்லை. அது நம்மை பிரச்னைகளில் மாட்டிவிடும்.

சிநேகிதர்கள் நமது வாழ்க்கையில் மிகவும் முக்கியமானவர்கள். சில பையன்களிடம் மேலே பார்த்த செல்வராஜைப்போல நிறையப் பணம் இருக்கும். கவலை இருக்காது. கவனிப்பும் இருக்காது. அவர்கள் நன்றாக உடுத்துவார்கள். வண்டிகள் வைத்திருப்பார்கள். நிறையப் பணம் வைத்திருப்பார்கள். அவர்களைச் சுற்றி எப்போதும் நாலு பேர் இருப்பார்கள். அவர்களுக்கு அது ஒரு பந்தா.

அவர்களுடன் சுற்றுவதற்கு யாராவது வேண்டும். கூடப் போனால் நன்றாகச் சாப்பிடலாம், திரைப்படங்கள் பார்க்கலாம், ஊர் சுற்றலாம். எல்லாவற்றுக்கும் நமக்கும் சேர்த்துச் செலவழிப் பார்கள். ஆனால் நமக்கு அது தேவையா? அந்த நேரத்தில் நாம் செய்யக்கூடியவை எவ்வளவோ இருக்கின்றன.

அவர்களோடு சுற்றினால் நம் வேலைகளைச் செய்ய முடியாமல் போகிறது. எல்லாவற்றுக்கும் அவர்களே செலவழிப்பதால், அவர்கள் சொல்வதையெல்லாம் கேட்க வேண்டிவரும். இப்படி நன்றியோடு இருப்பவர்களும் சிலர் இருக்கிறார்கள். தங்கள் படிப்பு, தங்கள் ஆர்வம், முன்னேற்றம் என்பது பற்றியெல்லாம் நினைக்காமல் எடுபிடிகள்போலச் சுற்றுவார்கள்.

அப்படி ஓர் உருப்படாத பணக்காரப் பையனுடன் சுற்றியவன் தான், நாம் ஆரம்பத்தில் பார்த்த ராஜ்மோகன். வயது 45. இன்னும் உருப்படியான வேலை எதுவுமில்லை. அடுத்தவன் செலவிலேயே காலம் கழித்தவன். அதில் சுகம் கண்டவன்.

R.R. சீனுவாசனின் தற்போதைய நிலைக்கு இப்படிப்பட்ட சிநேகிதர்கள் செய்த 'குடி' அறிமுகம்தான் காரணம். சிலர் சிகரெட்டை ஸ்டைலான ஒன்றாக நினைக்கலாம். அது தவறு. கண்ணப்பன் படித்தது சென்னைக் கல்லூரி ஒன்றில். சீனிவாசன், டோமினிக், ராமகிருஷ்ணன், வெங்கடேசன் என்று நல்ல நண்பர்கள். இவர்களில், கண்ணப்பன் மட்டும் சிகரெட் குடிக்க மாட்டான். மற்ற மூவரும் குடிப்பார்கள். விக்ஸ் ஃபில்டர். அப்பொழுதெல்லாம் (1975) அதன் விலை இருபது காசுதான்.

வகுப்பு முடிந்ததும் மரத்தடிக்குப் போய்விடுவார்கள். யாராவது ஒருவர் கடையிலிருந்து சிகரெட் வாங்கி வருவார்கள். எல்லோருக்கும் சிகரெட். கண்ணப்பனுக்கு மட்டும் கடலை உருண்டை. இதுதான் வழக்கம். 'அப்படி என்னடா இருக்கு இந்த சிகரெட்ல...! இதைக் குடிச்சு உடம்பைக் கெடுத்துக்காதீங்கடா' என்பான் கண்ணப்பன்.

இப்படியே கொஞ்ச நாள்கள் கழிந்தன. வெங்கடேசன் ஒரு நாள் ஆரம்பித்தான். 'டேய்! இன்னிக்கு கண்ணப்பன் போய் சிகரெட் வாங்கிக்கிட்டு வரட்டும்டா.'

மற்றவர்களும் ஆமோதித்தார்கள்.

'காசு வேணா நான் தர்றேன். ஆனா நான் போகமாட்டேன்.' வெங்கடேசன் விடுவதாக இல்லை. சீனுவாசனுக்கு யார் டியர் ஃப்ரெண்ட் என்பதில் கண்ணப்பனுடன் வெங்கடேசனுக்கு எப்போதுமே போட்டி. அதனால், 'உன் ஃப்ரெண்டு சீனுவாசனுக்காக இதுகூட செய்ய மாட்டியா?' என்றான். கண்ணப்பனிடம் சின்ன மாற்றம்.

'சரி சீனுவாசனுக்காகப் போறேண்டா' என்றபடி போய் வாங்கிக்கொண்டு வந்தான் கண்ணப்பன்.

'டேய் என்னடா அப்படியே கொண்டாந்திருக்கான். பத்த வைக்கலையா?' இது வெங்கடேசன்.

'பத்த வைக்கணுமா?' '

பின்ன அப்படியேவா குடிக்க முடியும். செஞ்சா ஒழுங்கா செய்யணும்டா, போடா போய் பத்தவைச்சுக்கிட்டு வந்துடு.'

சீனுவாசனுக்காகப் போய் சிகரெட்டைப் பற்றவைத்துவிட்டு வந்தான் கண்ணப்பன். சிகரெட் நுனியில் கரி அடித்திருந்தது. தீ இல்லை. 'நெருப்புல காண்பிச்சேன், பிடிச்சுக்காதா? அப்பாவியாகக் கேட்டான்.

'பார்ரா இவனை எத்தனை நாள் கூட இருந்து பார்த்திருக்கான். சிகரெட்டை வாயில வச்சு நெருப்புல காமிச்சு இழுக்கணும். அப்பத்தான் பத்தும்.' சிரித்தார்கள். மறுத்தான். அவன்தான் சீனு வுக்கு மட்டுமாவது பற்றவைத்துக் கொடுக்க வேண்டும் என்றார்கள். நண்பனுக்காக என்று திரும்பத் திரும்பச் சொல்ல, செய்தான். இருமினான். அவர்கள் சந்தோஷத்தோடு சிரித்தார்கள்.

அடுத்த நாளும் பற்ற வைத்து மட்டும் கொடுக்க வேண்டும் என்றார்கள். ஃப்ரெண்ட்ஷிப்புக்காகச் செய்தான்.

ஒருநாள் சாயங்காலம் அவனுடைய அப்பா வாங்கிவரச் சொன்ன பொருளை வாங்குவதற்காக தி. நகர் போனான். ஒரு பெட்டிக் கடையில் கடலை உருண்டை வாங்குவதற்காகப் போனான். ஏனோ வில்ஸ் ஃபில்டர் ஞாபகம் வந்தது. ஒன்றை வாங்கி சும்மா கொளுத்திப் பார்த்தால் என்ன என்ற ஆசை வந்தது.

வாங்கினான். கொளுத்தினான். சீனி செய்வதுபோல லேசாகப் புகையை உள்ளே இழுத்தும் பார்த்தான். பயங்கர இருமல். அப்படியே தூக்கிப்போட்டான். கொஞ்சம் 'கேர்' ஆக இருந்தது. சின்ன மதமதர்ப்பு. அடுத்த நாள் கல்லூரியில் யாரிடமும் சொல்லாதே என்று சீனியிடம் மட்டும் சொன்னான். அவ்வளவு தான். விஷயம் எல்லோருக்கும் தெரிந்துவிட்டது. 'சும்மா குடிம்மா. ஒண்ணும் ஆயிடாது. இப்பத்தான்டா நீ ஆம்பளை'

என்று என்ன என்னவோ சொல்லி, வழிகாட்டி, அக்கறையாகச் சொல்லிக் கொடுத்தார்கள்.

அதற்குப் பிறகு பன்னிரண்டு ஆண்டுகள் கண்ணப்பன் சிகரெட் குடித்தான். பெற்றவர்கள் பதறினார்கள். சொந்தக்காரர்கள் கேலி பேசினார்கள். காசு தொடர்ந்து செலவானது. சம்பந்தம் இல்லாதவர்களுக்கெல்லாம் பயப்பட வேண்டியிருந்தது. மறைத்து மறைத்துக் குடிக்கவேண்டியிருந்தது. சாப்பிட்டதும் சிகரெட் வேண்டும். டீயோ காபியோ சாப்பிட்டால் அதற்குப் பிறகும் சிகரெட் தேவைப்பட்டது. தேர்வுகளுக்கு இரவில் கண்விழித்துப் படிக்க வேண்டுமானால் சிகரெட் வேண்டி யிருந்தது. சினிமா போனால், பீச் போனால், என்ன செய்தாலும் எங்கே போனாலும், சிகரெட் இல்லாமல் முடியவில்லை.

தொடர் இருமல் ஆரம்பித்தது. திருமணம் ஆனது. மனைவிக்குத் தெரிய வந்தது. அதிர்ச்சி அடைந்தாள். விட்டுவிடச் சொல்லிக் கெஞ்சினாள். ஆனால் அது இல்லாமல் இருக்கமுடியவில்லை. தினமும் வீட்டுக்குள் போராட்டம்தான்.

கடைசியாக, குழந்தை பிறந்ததும் விட்டுவிடுகிறேன் என்று சத்தியம் செய்தான். மனைவி கர்ப்பமானதும் சிகரெட்டைத் தூக்கி எறிந்தான். அதற்குப் பிறகு தொடவேயில்லை. நிம்மதி யாக இருக்கிறான். கௌரவமாக இருக்கிறான். இப்பொழுது சிகரெட்டால் செலவில்லை.

சில விஷயங்களை ஒருமுறைகூடத் தொடாமல் இருப்பது, டேஸ்ட் பண்ணிப் பார்க்காமல் இருப்பதுதான் நல்லது. இதில் எங்கே வந்தது ஃப்ரெண்ட்ஷிப்? இதைச் செய்தால்தான் ஃப்ரெண்ட்ஷிப் என்றால், அது ஒரு ஃப்ரெண்ட்ஷிப்பா? அப்படி ஒரு ஃப்ரெண்ட்ஷிப் தேவையா?

ஆரம்பத்திலேயே வேண்டாம் என்று சொன்னால் விட்டு விடுவார்கள். அதற்கு முடியவே முடியாது என்று மறுக்கிற தைரியம் வேண்டும். பன்னீரைப்போல. ஒரே ஒருநாள், கொஞ்சமே கொஞ்சம் என்று ஆரம்பித்தால் பிறகு விடவே முடியாது. 'இவன் திருந்திட்டானாம்டா' என்று நம்மைக் கேலி செய்வார்கள். நமக்கும், நடுவில் இந்த மாதிரிப் பழக்கத்தை விடுவது அவ்வளவு எளிதாக இருக்காது.

குடி, சிகரெட்தான் என்று இல்லை. சிலர் எல்லா விஷயங்களிலும் வயதுக்கு மீறிய செயல்களைச் செய்து பார்க்க விரும்புவார்கள். அதில் ஒரு திரில். ஆனால், தனியாகப் போக மாட்டார்கள். துணைக்கு ஆள் வேண்டும்.

டேட்டிங் என்பது பிரபலமாகி சில ஆண்டுகள் ஆகிவிட்டன. இளம் வயதில் பெண்களை நினைக்காமல் இருக்க முடியாது. பார்க்கவும் ஆசை வரத்தான் செய்யும். ஆனால், கூடாத உறவு நம் உயிரையே கூட பலிவாங்கிவிடும். வெங்கியைப்போல் எய்ட்ஸ் வந்தாலும் வந்துவிடும்.

●

விகாஸ் என்ற ஒரு கல்லூரி மாணவனுக்குத் தனியாக கார் ஓட்டிப் பார்க்க வேண்டும் என்று ஆசை. ஆனால் அவனுக்கு நன்றாக ஓட்டத் தெரியாது. சுமாராகத்தான் ஓட்டுவான். ஒரு நாள் காலை அவனுடைய அப்பாவின் புதுக் காரை எடுத்துக்கொண்டு, அவனுடைய சிநேகிதனையும் கூட்டிக்கொண்டு கிளம்பி விட்டான். அவன் பெயர் ஸ்ரீதர்.

நல்ல விடிகாலை நேரம். சென்னை கிழக்குக் கடற்கரை சாலை. கார் விபத்துக்குள்ளானது. விகாஸ்தான் காரை ஓட்டினான். ஸ்ரீதர் முன்சீட்டில் உட்கார்ந்திருந்தான். ரோட்டோரத்தில் கொட்டி வைக்கப்பட்டிருந்த சரளைக் கல்குவியல் மீது கார் மோதி, இரண்டு மூன்று பல்டி அடித்தது.

விபத்தில் அதிகம் பாதிக்கப்பட்டது ஸ்ரீதர்தான். ஒரு கிட்னியை எடுத்துவிட்டார்கள், வலது கையில் மூன்று விரல்கள் துண்டாகி யிருந்தன. முதுகிலும் நல்ல அடி.

விகாஸுக்குச் சரியாகக் கார் ஓட்டத் தெரியாது என்பது ஸ்ரீதருக்கும் தெரியும். ஏற்கெனவே ஒருமுறை விகாஸ், கல்லூரிக்கு கார் எடுத்து வந்திருந்தான். அப்பொழுது, ஒரு ஆள் மேல் மோதி பெரிய பிரச்னை ஆகியிருந்தது. அது தெரிந்திருந்தும் அவன் விகாஸோடு போனதுதான் விதி.

மோட்டார் சைக்கிள்கள், கார்கள் எல்லாம் வேகமாகத்தான் போகும். அவற்றின் அமைப்பு அப்படி. பிரமாதமான டெக்னாலஜிகள் வந்துவிட்டன. வேகமாகப் போவது சந்தோஷத்தைக் கொடுக்கும். தனிமையான இடங்களில் வேகம்

சரி. பிளே கிரவுண்டுகள், ஆள் நடமாட்டமில்லாத சாலைகளில் வேகமாக வண்டி ஓட்டலாம்.

ஆனால், சாலைகளில் அப்படி ஓட்டலாமா? நாம் மட்டும் தனியாகவா வண்டி ஓட்டுகிறோம்? எதிரில், பின்னால், பக்க வாட்டில் எத்தனை எத்தனை வண்டிகள்!

ஒரு விநாடி போதும் விபத்து நிகழ்வதற்கு. இது யாருக்கு வேண்டுமானாலும் நிகழலாம்.

ஸ்ரீதர் பிழைத்து எழுந்துவர ஒரு மாதம் ஆனது. ஆனால் விரல்களும் ஒரு கிட்னியும் போனது போனதுதான். அந்த ஒரு நாள் காலையில் என்ன பெரிசா ஆயிடப்போகுது என்று கிளம்பிய அலட்சியம், வாழ்க்கை முழுக்க அவனுக்குச் சிலவற்றை இல்லாமல் செய்து விட்டது.

•

ஒரு மனிதவளத்துறை மேலாளரின் (HR Manager) டைரிக் குறிப்பைப் பார்க்கலாமா?

'சுட்டெரிக்கும் வெயில். பகல் பதினொரு மணி, ஜனநெருக்க மான பாண்டிபஜார் சாலை. மொத்தம் ஐந்து பேர் காரில் போய்க் கொண்டிருந்தோம். நான்தான் காரை ஓட்டினேன். வண்டிக்குள் அமர்ந்திருந்தவர்களில் எவரையுமே எனக்கு முன்பின் பழக்கமில்லை. அவர்களது பெயர்கள்கூட எனக்குத் தெரியாது.

கார்கள், மொபெட், மோட்டார் சைக்கிள்கள், ஆட்டோக்கள் என்று எங்கள் காருக்கு இரண்டு பக்கங்களிலும் ஏகப்பட்ட வண்டிகள். சாலை முழுவதும் பரபரப்பு. எல்லோருக்கும் என்னவோ அவசரம். நான், காரை வழக்கத்துக்கு மாறாக மிகவும் மெதுவாக ஓட்டினேன். கடந்து, முந்திச் செல்ல விரும்பிய அத்தனை வண்டிகளுக்கும் வழிவிட்டேன். குறிப்பாக இரண்டு சக்கர வண்டிகளுக்கு. அதிலும் இளைஞர்கள் ஓட்டிச் சென்ற வாகனங்களுக்குத் தாராளமாக வழிவிட்டேன்.

வண்டியை ஓட்டியபடியே அவ்வப்பொழுது தலைக்கு மேலிருந்த கண்ணாடியில், பின்சீட்டில் அமர்ந்திருந்த 'அவரை' கவலையோடு பார்த்துக்கொண்டேன். எனக்கே இப்படியிருக் கிறதே, அய்யோ, அவர் மனது என்ன பாடுபடும் நினைத்துப்

பார்க்கவே முடியவில்லை. 'சே! இவருக்குத்தான் இன்றைய தினம் எப்படி விடிந்திருக்கிறது?' என்று நினைப்பு வந்தது. உடனே, இன்றைய தினத்தை அவருக்கு எப்படி 'விடிந்திருக் கிறது' என்று சொல்லமுடியும் என்றும் தோன்றியது. இந்த நாளை இனி இவரால் அவர் வாழ்நாளில் மறக்க முடியுமா? மனது வலித்தது. மனம் முழுக்க அந்த நினைப்பே வியாபித்திருந்தது. நினைக்க நினைக்க மிகவும் ஆயாசமாக இருந்தது.

சாதாரணமான சட்டை பேண்ட் போட்டிருந்தார். முகத்தை ஷேவ் கூட செய்திருக்கவில்லை. ஏதோ ஒரு தனியார் நிறுவனத்தில் வேலை செய்கிறாராம். பார்ப்பதற்கு வெளியில் அமைதியாகத்தான் இருந்தார். ஆனால் மனிதர் பாவம் உள்ளுக்குள் இறுகியிருக்க வேண்டும். அவர் மனது அறைந்து சாத்திக்கொண்டிருக்கும் என்று தோன்றியது. எங்கே, எப்பொழுது உடைவார், கதறுவார் என்று நினைக்கவே பயமாக இருந்தது. அவர் மனைவிக்கு இப்பொழுதுதான் ஆபரேஷன் நடந்திருக்கிறதாம். பாவம், படுத்த படுக்கையாக இருக்கிறார்களாம். அவரிடம் என்ன சொல்லியிருப்பார்கள்? அல்லது சொல்லவே யில்லையோ! அவரிடம் போய் 'இப்படி' என்று எவராலும் சொல்லமுடியுமா?

அவருடன் பின் சீட்டில் உட்கார்ந்திருந்த அவருடைய பக்கத்து வீட்டுக்காரர் செல்ஃபோனில் யாரிடமோ பேசிக்கொண்டிருந்தார். பின்பு, பேசிமுடித்ததும், அவரிடம் சத்தமாகச் சொன்னார், 'குமார் வந்திர்ரேனுட்டார். அவருக்குத் தெரிந்தவர் அந்த ஸ்டேஷன்ல இருக்காரு. அவர் பிரச்னை இல்லாம பார்த்துப்பார்.'

போலீஸ் ஸ்டேஷன் வாசலில் ஏகப்பட்ட வண்டிகள். 'டிராஃபிக்கா? அந்தப் பக்கம்' என்று வழி காட்டினார்கள். 'இவர், பையனோட அப்பா' என்று அறிமுகப்படுத்தினார்கள். மேசைக்கு பின்னாலிருந்தவர் வணக்கம் சொன்னார். தினம் தினம் இப்படிப் பார்ப்பவராக இருந்தாலும், அவர் கண்களிலும் அனுதாபம் தெரிந்தது. அதற்குள் அந்தக் குமார் வந்துவிட்டார். வந்தவர், வேகமாக உள்ளே போனார். பையனின் தந்தையை மட்டும் இருக்கச் சொல்லிவிட்டு, எங்களை வெளியே நிற்கச் சொன்னார்.

கொஞ்ச நேரம் கழித்துக் குமார் வெளியில் வந்தார். எங்களைப் பார்த்து, 'எழுதிக்கிட்டு இருக்காங்க. எல்லாம் எழுதி

கையெழுத்துப் போட்டதும், பேப்பர் தந்துவாங்க, வாங்கிக் கிட்டு நேரா 'ராயப்பேட்டா ஆஸ்பிட்டல்' போக வேண்டியது தான். இன்னும் அரைமணியில போயிடலாம்.' அவருக்கு விவரம் தெரிந்திருந்தது. இப்படி விவரமும் தெரிந்து உதவக் கூடியவர்கள் இதுபோன்ற சமயங்களில் மிகவும் தேவைப் படுகிறார்கள். அவர் வந்தது போலீஸுக்கும்கூட உதவி. நடக்க வேண்டியவை 'மளமள'வென்று நடந்தன.

போலீஸ் ஸ்டேஷன், வருவோரும் போவோருமாகப் பரபரப் பாக இருந்தது. காம்பவுண்டுக்குள், மரத்தடி நிழலில் நின்றிருந் தோம். எத்தனையோ முறை, சட்டை துணிமணி வாங்கவும் மற்றவற்றுக்காகவும் இந்த பாண்டிபஜார் வழியாகப் போயிருக் கிறேன். இந்த போலீஸ் ஸ்டேஷனையும் எத்தனையோ முறை தாண்டி நடந்திருக்கிறேன். இப்படியெல்லாம் பிரச்னைகள், துக்கங்கள் இங்கே வந்துபோவதுபற்றி ஒரு போதும் உணர்ந்தே யில்லை. ஆடி மாதம், தள்ளுபடி விற்பனைகள், அது இது என்று வெளியே வாகனங்களும் மனிதர்களும் பரபரப்பாக இயங்கிக் கொண்டிருந்தார்கள். மற்றவர்களுக்கு அது வந்து போகும் எத்தனையோ தினங்களில் ஒன்றுதான். இதோ, வேலையை முடித்துக்கொண்டு வீடு போனால், மனைவி குழந்தைகளைப் பார்க்கப் போகிறார்கள்.

ஆனால் உள்ளே ஒரு மர பெஞ்சில் உட்கார்ந்துகொண்டு, தன் மகனின் பெயர், படிப்பு, ஜாதி, முகவரி, சொந்த ஊர், வேலை செய்யுமிடம் மற்றும் பல்வேறு தகவல்களை போலீஸ்காரரிடம் சொல்லிக்கொண்டிருக்கும் அவருக்கு! அவர் குடும்பத்துக்கு!

புழுதி படிந்து ஏகப்பட்ட வண்டிகள் நிறுத்தி வைக்கப்பட்டிருந் தன. பாகங்கள் பலவும் நசுங்கிய வண்டிகள். எத்தனையோ அப்பாக்களையும் அண்ணன்களையும் நண்பர்களையும் இங்கு வரவழைத்த, கதற வைத்த விபத்துகளின் சாட்சிகளாகச் சரிந்து கிடந்தன. அவன் ஓட்டிய வண்டியைக் காட்டினார்கள். மெருகு குலையாத புதிய வண்டி. பின் சக்கரமும், சைலன்சரும், 'பெட்ரோல் டேங்க்'கும் சக்கையாக நசுங்கியிருந்தன. உடைந்து தொங்கிக்கொண்டிருந்த ஃபோர்க் கம்பிகள்.

பார்க்கப் பிடிக்காமல் நான் நகர, என்னை இடித்துக் கொண்டு அவனுடைய தந்தை வந்து, எட்டி, அதை ஒரு பார்வை

பார்த்தார். ஒரு கணம்தான். விருட்டெனத் திரும்பி நடந்தார். தனியாளாக.

நினைத்ததும் எடுத்துக்கொண்டு, எங்கு வேண்டுமானாலும் உடன் கிளம்ப முடிகிறதே என்ற மகிழ்ச்சி. அட, உதைத்துத் திருகினால் காற்றாகப் பறக்கிறதே, இந்தப் புத்தம் புது வண்டி! என்ன ஒரு அருமையான சத்தம், என்ன ஒரு வேகம் என்று வியந்த மனது. மற்ற வண்டிகளையெல்லாம் சுலபமாகக் கடந்து வேகமாகப் போக முடிந்ததில் ஆனந்தம். என் வண்டி, புது வண்டி என்று அதனைத் துடைத்துத் துடைத்து ஓட்டுவதில் ஒரு பெருமிதம்.

என்ன நினைத்துக்கொண்டு இன்று கிளம்பினானோ தெரிய வில்லை. அவன் எத்தனையோ நபர்களால் எட்டி எட்டிப் பார்க்கப்பட்டு, பின்பு போலீஸ்காரர்களால் தூக்கி வண்டியில் ஏற்றப்பட்டு, மருத்துவர்களால் இறந்துவிட்டதாக உறுதி செய்யப்பட்டு, முன்பின் தெரியாத எத்தனையோ மனிதர் களுடன் ராயப்பேட்டை பிணவறையில் வெள்ளைத் துணி சுற்றப்பட்டு ஜில்லிட்டுப்போய் கிடக்கிறான்.

வழக்கம்போல ஒரு சாதாரண நாளாகவே போயிருக்கக் கூடும்தான். 'அவன்' வேலைக்குப்போய் சம்பாதிக்கத் தொடங்கிய ஆறே மாதத்தில் புது வண்டி வாங்க வேண்டும் என்று நினைக்காமல் இருந்திருந்தால் அல்லது வண்டிக் கடன் கிடைக்காமல் போயிருந்தால் அல்லது வழக்கம்போல், தன் நண்பனுடன் இன்றும் கிளம்பியிருந்தால் அல்லது வாங்கி நாலு மாதமே ஆகியிருந்த மோட்டார் சைக்கிளை எடுக்காமல், பஸ்ஸில் போயிருந்தால் அல்லது அந்த நெரிசல் மிகுந்த அண்ணாசாலையில் அந்தக் காலை வேளையில் இன்னும் கூடுதல் ஜாக்கிரதையுடன் வண்டி ஓட்டியிருந்தால் அல்லது அந்த நேரத்தில் அந்தப் பேருந்து அந்தப் பக்கம் வராமல் போயிருந்தால் அல்லது அந்தப் பேருந்துக்குக் கீழே விழாமல் அவன் மட்டும் சற்றுத் தள்ளி விழுந்திருந்தால், அந்தப் பேருந்து போன வேகத்தில் அவன் இடுப்பின் மீது ஏறாமல் போயிருந்தால்... இது நிகழ்ந்திருக்கவே நிகழ்ந்திருக்காது.

இப்படியாகிப்போன இந்தத் தினத்தை முதலில் இருந்து தொடங்கி, வேறு மாதிரி நடத்திப் பார்க்க முடியுமா? செய்தது

செய்ததுதானா? மாற்றவே முடியாதா? மற்றொரு சந்தர்ப்பம் என்பது கிடையவே கிடையாதா? அடச்சே!

கடிதம் கிடைத்துவிட்டது. வண்டியில் ஏறினோம். ஆறு மணிக்குள் போனால்தான் இடுகாடு திறந்திருக்கும். அதுக்குள்ள 'பாடி'யை வாங்கி, பல்லாவரம் வீட்டுக்குப் போயிட்டு, 'பரியல் கிரவுண்டு' கொண்டு போகணும், வேகமா ஓட்டுங்க'.

பல்லாவரம் வீட்டில் கட்டிலில் படுத்த படுக்கையாக இருக்கும் அவன் அம்மாவிடம் போய், உன்னுடைய ஒரே பிள்ளை இப்படி யாகிவிட்டான் என்று யாரால் சொல்ல முடியும்? அங்கு அதற்குப் பிறகு நடக்கப் போகும் ரகளையை யாரால் தாங்க முடியும்?'

டைரிக் குறிப்பு முடிந்துவிட்டது.

ஒரு விநாடி தவறு, எவ்வளவு அழிவுகளை ஏற்படுத்துகிறது? பெற்றவர்கள். அவர்களுக்குத்தான் எவ்வளவு துன்பம்?

வாழ்க்கையை வாழ அனைவருக்குமே உரிமை இருக்கிறது.

வாழ்நாள் முழுவதும் நம் உடல் உறுப்புகளுக்கு எந்தச் சேதாரமும் இல்லாமல் வாழ்வதுதான் நமக்கு மகிழ்ச்சியைத் தரும்.

வாகனங்கள் பிரயாணம் செய்வதற்கு. உல்லாசத்துக்கோ வேகமாகப் போவதற்கோ அல்ல. அப்படிச் செய்தால் அவை ஆபத்தில்தான் முடியும். இதற்கு யாரும் விதிவிலக்கல்ல.

வாகனங்கள் சௌகரியமானவை. அதேசமயம் அவை பாதுகாப்பானதாகவும் இருக்கவேண்டும் இல்லையா?

எதற்கு இவ்வளவு வேகம்? ஏன் எல்லாவற்றுக்கும் அவசரம்?

வேகமாய் வண்டி ஓட்டுபவர்கள் சூரர்கள் என்று யார் சொன்னது?

வண்டி ஓட்டுவதற்கு சாமர்த்தியம் தேவையா என்ன?

ஒரே ஒரு நிமிடம் போதும். விபத்து நடக்க.

விபத்து யாருக்கும் நடக்கலாம்.

நாமே சரியாக ஓட்டினால்கூட, எதிரில் வருபவர் சரியாக ஓட்டாவிட்டால் விபத்துதான்.

டு வீலர்கள் ஓட்டும்பொழுது ஹெல்மெட் போடுவது,

காரில் போகும்பொழுது 'சீட் பெல்ட்' மாட்டுவது,

மிதமான வேகத்தில் கவனமாக ஓட்டுவது,

இவை எல்லாம் அசிங்கம் இல்லை; தொந்தரவு இல்லை. பாதுகாப்பு.

தலை என்பது ஒரு எலெக்டிரானிக் பொருள். டி.வி. அல்லது கம்ப்யூட்டரைத் திறந்தால் எண்ணற்ற சிறு சிறு கனெக்ஷன்கள் தெரியும். அது மாதிரிதான் மூளையும். சின்னச் சின்ன கனெக்ஷன்களால் செய்யப்பட்டது மூளை. விபத்தில் மண்டை உடைந்தால் ரத்தம் வரும். பெருகிய ரத்தம், அந்த 'எலெக்ட் ரானிக்' போர்டின்மீது வடிந்து காய்ந்துவிட்டால், பின்பு அதை அறுவை சிகிச்சை செய்து, அகற்ற முடியாது. கடுமையான வெயிலில் செருப்பில் ஒட்டிக்கொள்ளும் உருகிய தார் போலத்தான் கசியும் ரத்தமும். தாரோடு ஒட்டிக்கொண்ட மணலைத் தனியாகப் பிரிக்க முடியுமா?

மூளையின் பல பாகங்களிலும் ரத்தம் வடிந்து, காய்ந்து, ஒட்டிக் கொண்டு விட்டால், அதன் பிறகு, அந்த மனிதனின் செயல்பாடு பழைய மாதிரி இருக்காது. அதனால்தான் விபத்துகளில் கை உடைவது, கால் உடைவது எல்லாவற்றையும்விட, தலை உடைவது பெரிய பிரச்னையை ஏற்படுத்தும் என்கிறார்கள் மருத்துவர்கள். பிழைப்பது கஷ்டம். அப்படியே பிழைத்தாலும், பழைய மாதிரி நடமாட முடியாது.

மீண்டும் ஆரம்ப அத்தியாயத்தை நினைவுபடுத்திக் கொள் வோம். ஜஸ்பீர் சிங், ஹார்ஸ் உதய், ஐயர் சேகர், ராணிபேட்டை சந்திரசேகர் நினைவிருக்கிறதல்லவா?

அவர்கள் எல்லாம் இப்போது எங்கே?

பன்னீர்செல்வம், கண்ணப்பன், ராஜேந்திரன், சிவசந்திரன், மோகன்குமார் எல்லாம் கல்லூரியில் ஒன்றாகப் படித்தவர்கள். படித்து முடித்து, ஆளுக்கு ஒரு பக்கம் வேலைக்குப் போய் விட்டவர்கள். 15 வருடங்கள் கழித்து, சிவசந்திரன் வீட்டு கிரகப் பிரவேசத்தில் சந்தித்தார்கள்.

கூடியிருந்த மூன்று மணிநேரமும் பேசிக்கொண்டே இருந் தார்கள். ஜஸ்பீர் சிங் பற்றி ராஜேந்திரன் கேட்டான். ஜஸ்பீர் சிங்,

வட நாட்டுக்காரப் பையன். ஹாஸ்டலில் தங்கிப் படித்தவன். ஆள் நன்றாக ஸ்மார்ட்டாக இருப்பான். ஹாஸ்டல் செக்ரெட்டரியாக ஒரு வருடம் இருந்திருக்கிறான். படித்துக் கொண்டிருந்த நாட்களில், 'சில நேரங்களில் சில மனிதர்கள்' என்கிற தமிழ்ப் படத்தில்கூட ஒரு காட்சியில் வந்தான். பைக்கில் வந்து காதலியைப் பார்க்கிற மாதிரி ஒரு சின்ன சீன்.

மோகன்குமார்தான் அந்தத் தகவலைச் சொன்னான். 'ஜஸ்பீர் செத்துப் போய்ட்டாண்டா'

'என்னது?'

'ஆமாம்டா. பைக் ஆக்ஸிடெண்ட்.'

'ஆமாம்டா, ஒருநாள் நைட்ஷோ பார்த்துட்டு வரும்பொழுது லாரிக்காரன் ஏத்திட்டான்'

பேச்சு பைக் ஆக்ஸிடெண்ட்டுகள் பற்றித் திரும்பியது.

கண்ணப்பன் சொன்னான்: இதே மாதிரிதாண்டா, எங்க வீட்டுக் கிட்ட இருந்த ஒரு பையன் 'ஹாரஸ் உதய்ன்னு கூப்பிடு வோமேடா. உதயகுமார், தெலுங்குகாரப் பையன். அவனும் வண்டியில போகும்போது அடிபட்டுட்டாண்டா. பையன் ஸ்பாட் அவுட்.'

'யாரு? தலைமுடிகூட புசு புசுன்னு இருக்குமே, ஓடி வந்து ஃபாஸ்ட் பால் போடுவானே?'

'கரெக்ட் அவனேதாண்டா.'

'அய்யய்யோ! அவுங்கம்மா ரொம்ப நல்லவங்களாச்சேடா! பாவம்... நாமெல்லாம், வெயில்ல விளையாடிட்டு, ஐஸ் வாட்டர் குடிக்க அவுங்க வீட்டுக்குத்தானே போவோம்.'

'நம்ம உதய்யா? அவன் வண்டி நல்லா ஓட்டுவானேடா? செமையா கட்டெல்லாம் அடிப்பானேடா?'

'அவன் நல்லா ஓட்டினா போதுமா? எதிர்ல வர்றவன் சரியா ஓட்டணுமே!'

'யார்ரா உதய் நல்லா ஓட்டுவான்றது? அவன் பின்னாடி நீ உட்கார்ந்து போயிருக்கியா? எங்க வீட்டுகிட்டான் அவன் வீடும். சில சமயம் நான் சைக்கிள் எடுத்துக்கிட்டு வரலைன்னா, அவன்தான் கூட்டிக்கிட்டு போவான். சும்மா பறப்பான்டா. வண்டி எகிறும். அவன் பின்னாடி உக்கார்ந்தா எப்பவுமே பயமாத்தாண்டா இருக்கும். அதுவும் பொண்ணுங்களைப் பார்த்துட்டா போதும். 'புர் புர்'னு திராட்டில் கொடுத்து, பயங்கர 'ஸ்பீட்' எடுப்பாண்டா. அவனுக்கு ரெண்டு வாட்டி கால் ஃபிராக்ச்சர் ஆயிடுச்சு தெரியுமா உனக்கு?'

'சே! இப்ப அவன் இல்லை.

கொஞ்ச நேரம் அமைதி நிலவியது. பன்னீர் செல்வம் சொன்னால்: இதே மாதிரிதாண்டா சந்திர சேகர்னு ஒருத்தன். ராணிபேட்டையில் ஒரு பிரைவேட் கம்பெனியில வேலை பார்த்தான். உங்களுக்கு அவனைத் தெரியாது. அவனுக்கு அப்ப கல்யாணம் நிச்சயம் ஆயிருந்தது. அவுங்க வீடு சுங்குவார் சத்திரத்துல. அந்தச் சமயத்துல நியூ இயர் (ஜனவரி 1-ம் தேதி). எவனோ சொன்னான், 'நியூ இயருக்கு உன் வுட் பீ ஒய்ஃபு (Would-be Wife)க்கு நேரா போய் வாழ்த்துச் சொல்லி அசத்துடா' ன்னு. அவ்வளவுதான். அவனுக்கு டிசம்பர் இரவு சரியா 12 மணிக்கு, வருங்கால மனைவிக்கு வாழ்த்துச் சொல்ல, ஆசை வந்துடுச்சு. கெஞ்சிக் கூத்தாடி, ஃபிரண்டோட புது ஸ்கூட்டரை எடுத்துக்கிட்டு சிட்டாய்ப் பறந்துட்டான்.

மறுநாள் மதியம். அதாவது ஜனவரி ஒண்ணாம் தேதி. ஒரு போலீஸ் ஸ்டேஷன்ல இருந்து, ஃபேக்டரிக்கு ஃபோன் வந்துது. ஒரு அரசு பேருந்து நேருக்கு நேரா மோதுனதுல, ஸ்கூட்டர்ல வந்த ஒருத்தர் ஸ்பாட் அவுட் ஆயிட்டாரு. அவரு சட்டை பாக்கெட்ல அடையாள அட்டைன்னு.'

'போதும்டா டேய்! வேற ஏதாவது பேசுங்கடா.'

இவர்களது பேச்சில் மட்டுமில்லை. எவரைக் கேட்டாலும் அவர்களால் இப்படி ஒன்று இரண்டு சம்பவங்களைச் சொல்ல முடியும். தினம் தினம் செய்திகளில் சொல்கிறார்கள். பிணமாகக் கிடப்பவர்களைப் பார்க்கிறோம்.

மொத்த அத்தியாயத்தின் ஒரு வரிச் செய்தி இதுதான். 'வண்டிகள் ஜாலிக்கு அல்ல.'

●

என் தங்கை மகன், பவானியில் படிக்கிறான். ஒரு நாள் அவனிடம் இருந்து ஃபோன் வந்தது.

'நான் எங்க காலேஜ் பசங்களோட சென்னைக்கு வர்றேன். அங்க செயின்ட் ஜோசப் எஞ்சினியரிங் காலேஜ்ல நடக்கிற ஸ்போர்ட்ஸ் போட்டிகள்ல கலந்துக்கப் போறோம்.'

'அட! சென்னைக்கு வர்றியா? அப்ப நம்ம வீட்டுக்குக் கட்டாயம் வாடா. உன்னை பாத்து எவ்வளவு நாளாச்சு!'

போட்டிகள் முடிந்த அன்று பெட்டியைத் தூக்கிக்கொண்டு வீட்டுக்கு வந்தான்.

முதல் பார்வையிலேயே அவன் மீது மதிப்பு வந்தது. கல்லூரியில் முதல் ஆண்டு பொறியியல் படிக்கிறான். சந்தோஷமாகப் பேசினான். சாப்பிட்டுவிட்டு கிளம்பிப் போனான். அவன் போனபிறகும் அவனைப் பற்றிய பேச்சுகள் வீட்டில் தொடர்ந்தன.

அவன் மீது பிரியம் வருவது சரி... உறவு. ஆனால் பார்த்த வுடனேயே மதிப்பு வந்ததற்கு என்ன காரணம்?

சுத்தமாக இருந்தான். அவனைப் பார்த்ததும் மனத்தில் முதலில் பதிந்தது அவனுடைய சுத்தம்தான். அப்போதுதான் குளித்தது போல இருந்தான். விலை உயர்ந்த பேண்ட் சட்டைகள் இல்லை. ஆனால், அணிந்திருந்தவை அவனுக்குப் பொருத்தமாக இருந்தன.

ஒருவரைப் பார்த்ததுமே அவரைப் பற்றிய ஒரு மதிப்பு தானாக வந்துவிடுகிறதா இல்லையா? அதுதான் மனத்தின் போக்கு.

முதல் அபிப்பிராயம் அதிக நாள் நீடிக்கும் என்பார்கள். first impression is the best impression. அப்படிப்பட்ட முதல் அபிப்பிராயத்தை உண்டாக்க, இரண்டாவது சந்தர்ப்பம் வருமோ?

வராது. There is no second chance to make a first impression இல்லையா?

அப்படிப்பட்ட முதல் அபிப்பிராயம் முதல் பார்வையிலேயே பலருக்கும் கிடைத்துவிடுகிறது. நேர்முகத் தேர்வுகள் அல்லது முக்கியமான நபர்களைப் பார்க்கப் போகும் நாள்கள்தான் என்று இல்லை. எவரை எப்போது எங்கே சந்திக்க நேரும் என்று சொல்ல முடியாதல்லவா? அதனால் எப்போதும் சுத்தமாகவே இருந்து விடுவது நல்லது.

சுத்தமாக இருப்பவர்களிடம் எல்லோருக்கும் பேசப் பிடிக்கும். அவர்கள் எது கேட்டாலும் பதில் சொல்லப் பிடிக்கும். குறைந்த பட்சம் எரிந்து விழாமலாவது பதில் சொல்வார்கள்.

ஒருமுறை நம்மைப் பார்ப்பவர்கள் அதே தோற்றத்தோடுதான், நம்மை அடுத்தமுறை பார்க்கும்வரை நினைவில் வைத்துக் கொள்வார்கள். எப்போதாவது அவர்கள் நம்மை மிகவும் சுமாரான நிலையில் பார்த்துவிட்டால், அதை மறப்பது சிரமமாகிவிடும்.

சிலர், இரவில் ரயில் பிரயாணம் போவதற்கு முன்புகூடக் குளிப் பார்கள். சுத்தமான உடைகளை அணிவார்கள். இரவென்ன... பகல் என்ன? விழித்திருந்தால் என்ன? தூங்கப் போனால் என்ன? எப்போதும் நம் உடம்பு நம் உடம்புதானே! நாம் எப்போதாவது நாமாக இல்லாமல் இருக்க முடியுமா? நாம் எப்போதும் ஒரே தரம்தான். அது உயர்தரம்தான்.

சுத்தமாக இருப்பது ஒன்றும் சிரமமில்லை. காலையில் தூங்கி எழுந்ததுமே சுத்தமாகிவிட வேண்டும். பிறகு நேரம் கிடைக்கும் போதெல்லாம் முகம் கைகால் கழுவ வேண்டும். சுத்தம் பல வியாதிகளை நம்மிடமிருந்து விரட்டி விடும்.

சுத்தமாக இருப்பவர்களின் பர்சனாலிட்டி சிறப்பாக இருக்கும். அதேபோல், உடுத்தும் உடைகள். சிலர் உயரம் குறைவாக இருப்பார்கள். அதனால் என்ன? நேர்க் கோடுகள் (long Stripes) போட்ட சட்டைகள் உயரத்தை அதிகரித்துக் காட்டும். உடல் பருமனானவர்களா? அவர்களும் அப்படிப்பட்ட சட்டை களையே அணியலாம்.

உடல் மெலிவா? அதற்குக் குறுக்கு வாட்டில் கோடுகள் போட்ட சட்டைகள். ஆடைகளைத் தேர்ந்தெடுக்க நிறைய யோசிக்கலாம். யார் யாரோ போடுகிறார்கள் என்று எதையாவது நாமும் மாட்டிக்கொண்டு திரியக்கூடாது.

உடைகள் எந்தெந்த நிறங்களில் இருப்பது நல்லது?

நமக்குப் பிடித்த நிறங்கள் என்று சில இருக்கும். அதை எப்பொழுதும் பயன்படுத்தக்கூடாது. முக்கியமானவர்களைப் பார்க்கப் போகும்பொழுது, நேர்முகத் தேர்வுகளுக்குப் போகும் பொழுது, நன்கு பிரகாசமாகத் தெரியும் வெளிர் நிறங்களில் (Light Colours) மேல்சட்டை அணியலாம். எந்தக் கூட்டத்திலும் நாம் பளிச்சென்று தெரிய வேண்டும்.

நம்மை உடனடியாகக் கவருபவர்களைப்பற்றிக் கொஞ்சம் யோசித்துப் பாருங்கள். அவர்களது உடைகள்தான் நம்மைக் கவருவதில் முதல் இடத்தைப் பிடித்திருக்கும்.

பொது இடங்களில் பார்த்துப் பேசுவது நல்லது. நாம் விளை யாட்டாகத்தான் பேசுவோம். அதில் எந்த உள் அர்த்தமும் இருக்காது. ஆனால் அதைக் கேட்பவர்கள் நம்மைப்பற்றித் தவறாக நினைப்பதற்கு நிறைய சாத்தியம் இருக்கிறது.

சரி, அதற்காகப் பேசவே கூடாதா என்ன? கட்டாயம் பேச வேண்டும். பேச்சின் மூலம்தான் அடுத்தவர்களைக் கவர வேண்டும். அளவான பேச்சும் அர்த்தமுள்ள பேச்சும் மற்றவர் களைச் சுலபமாகக் கவரும். பேசுவதோடு அடுத்தவர்கள் பேச்சுக்குக் காது கொடுப்பவர்களையும் மற்றவர்களுக்குப் பிடிக்கும்.

மரியாதை தந்து பேசிவிட்டால் போதும். நம்முடைய ரசிகராகவே மாறிவிடுவார்கள்.

* எதையும் நம்பிக்கையோடு பார்ப்பது மற்றவர்களுக்குப் பிடிக்கிறது.

* வித்தியாசமாக யோசிப்பதைக் கவனிக்கிறார்கள்.

* பொறுப்புடன் பேசுவதை மதிக்கிறார்கள்.

* பேச்சிலும் செயல்பாட்டிலும் மரியாதை காட்டினால் நம்மை விரும்புகிறார்கள்.

* அடுத்தவர் பேசுவது என்ன என்று கவனித்து விட்டுப் பேசினால் அதற்கு மதிப்புக் கொடுக்கிறார்கள்.

* சுறுசுறுப்பானவர்களை ரசிக்கிறார்கள்.

* இனிமையாகப் பேசுபவர்களை நேசிக்கிறார்கள்.

உணவு சாப்பிடும் விஷயத்தில் மற்ற நாய்களுக்கும் போலீஸ் காரர்கள் வைத்திருக்கும் மோப்ப நாய்களுக்கும் ஒரு முக்கியமான வித்தியாசம் உண்டு. பிஸ்கெட்டையோ அல்லது வேறு தின் பண்டங்களையோ தூக்கி எறிந்தால், மோப்ப நாய்கள் அவற்றைச் சாப்பிடாது. அவை எவ்வளவு நல்ல பண்டமாக இருந்தாலும்.

மோப்ப நாய்களைப் பழக்கும் பயிற்சியாளர் ஒருவர் கொடுத்த தகவல் இது. நாய், குட்டியாக இருக்கும் போதிருந்தே, அவற்றுக்கு எதைச் சாப்பிடக் கொடுத்தாலும், அதைத் தூக்கிப் போடாமல், தரையில், தட்டுகளில் வைக்காமல், ஒருவரின் கைகளில் வைத்துதான் கொடுப்பார்களாம். அப்படிக் கொடுத் தால்தான் சாப்பிடவேண்டும் என்று அவற்றைப் (அடித்து) பழக்குவார்களாம்.

ஏன் அப்படிப் பழக்குகிறார்கள்?

திருடர்களோ குற்றவாளிகளோ மோப்ப நாய்களை வழிக்குக் கொண்டுவர அல்லது கொன்றுவிட என்ன செய்வார்கள்? உணவுப் பொருளில் விஷத்தைத் தடவி, அவற்றைத் தூக்கி எறிந்து, நாய்களைச் சாப்பிடச் செய்வார்கள். மற்ற நாய்கள் சாப்பிடும். அவஸ்தையை அனுபவிக்கும். கடமையைச் செய்யா மல் போகும். அந்த நிலை, போலீஸ் மோப்ப நாய்களுக்கு ஏற்படக்கூடாது என்பதற்காகத்தான் மேலே பார்த்த பழக்கம் கடைப்பிடிக்கப்படுகிறது.

முன்பின் தெரியாதவர்களால் எப்படி இந்த வகை நாய்களுக்கு உணவு கொடுக்க முடியும்? கையில் உணவை வைத்துக்கொண்டு அருகில் வர அவர்களால் முடியாதல்லவா? அதற்காகத்தான் இந்தப் பழக்கம்.

கெட்ட பழக்கமோ அல்லது நல்ல பழக்கமோ பழகிவிட்டால் விடுவது சிரமம். அதனால் நல்ல பழக்கமாகப் பழகிவிடுவது நல்லது.

சிலர், மெயின் ரோடில் இருந்து திரும்பும்போது, வண்டியில் இண்டிகேட்டர் விளக்குப் போட்டு, கூடவே கையையும் நீட்டிக்

காட்டிவிட்டுத் திரும்புவார்கள். அடுத்து ஒரு சிறிய சந்து. அதிலும் அப்படியே. அடுத்து அவர்கள் வீட்டுக் காம்பவுண்டு சுவற்றுக்கு வந்தாயிற்று. வண்டிகளை நிறுத்தும் இடம் வீட் டுக்குப் பின்புறத்தில் இருக்கிறது. அதற்கு வீட்டைச் சுற்றிக் கொண்டு போகவேண்டும். வீட்டுக்குள் திரும்புவதற்குக் கூட, இவர் இண்டிகேட்டர் போடுகிறாரே!' என்று பார்ப்பவர்களுக்கு ஆச்சரியமாக இருக்கும். ஏன் அவரிடம் அதைப்பற்றிச் சொன் னால், அவரேகூட 'அப்படியா செய்தேன்!' என்று ஆச்சரியப் படுவார்.

ஆனால் அவர் அதை ஒவ்வொரு முறையும் தவறாமல் செய்வார். காரணம், அது ஒரு பழக்கம். பழகியதை இயல்பாகச் செய்வோம். அது சிரமமில்லை. பழகியதைச் செய்யாமல் விடுவதுதான் சிரமம்.

நமக்கு நல்லதைத் தரக்கூடியவற்றைப் பழகிக்கொள்ள வேண்டும். ஆரம்பத்தில் சுலபமாகவா சைக்கிள் ஓட்டக் கற்றுக் கொண்டோம்? இல்லையே. எவ்வளவு சிரமப்பட்டிருப்போம்? விழுந்து, அடிபட்டு... ஆயினும் விடாமல் முயன்று கற்றுக் கொண்டிருப்போம். இப்போது ஏறி அமர்ந்தால் போதும். கைகளும் கண்களும் கால்களும் அவை பாட்டுக்கு அவற்றின் போக்கில் ஓட்டி, வீட்டுக்குக் கொண்டுபோய் சேர்த்து விடுகின்றன. பல சமயங்களில் நாம் வண்டி ஓட்டும் நினைப்பே இல்லாமல், வேறு எதைப்பற்றியோ நினைத்துக் கொண்டிருந் தால்கூட, ஓட்டிக்கொண்டு போய்விடுவோம். அதுதான் பழக்கம்.

காலையில் சீக்கிரம் எழுந்திருப்பது, எப்போதும் சுத்தமாக இருப்பது, அன்றைய வேலையை அன்றே முடிப்பது, ஆத்திரப் படாமல் காது கொடுத்துக் கேட்டுவிட்டுப் பின்பு பேசுவது. இப்படி எத்தனையோ விஷயங்களைப் பழகிக்கொள்ளலாம். மற்றவர்களுக்கு விட்டுக் கொடுப்பது, உதவுவது, தனிப்பட்ட விஷயங்களில் தலையிடாமல் இருப்பது, உடல் குறைபாடு களைக் கேலி செய்யாமல் இருப்பது...

நேர்மைக் குறைவு, திருட்டு (சின்னதோ பெரியதோ), போன்றவையும் பழக்கங்கள்தான். அவற்றையும் விடவே முடியாது. ஆரம்பத்தில் மாட்டிக்கொள்ளாமல் தப்பித்துக் கொள்வோம். ஆனால் பல நாள் திருடன் ஒரு நாள் அகப்பட்டே தீருவான்.

தென் ஆப்பிரிக்காவின் ஹான்சி குரோனியே எவ்வளவு பெரிய கிரிக்கெட் பிளேயர்? எதனால் அழிந்தார்? மேட்ச் ஃபிக்சிங்.

●

புறா என்பது அவரது புனைப் பெயர். நன்றாகக் கவிதை எழுதுவார். பொதுக் காரியங்களில் ஈடுபாடு அதிகம். மற்றவர் களின் உரிமைகளுக்காகப் பாடுபடுவார். மொத்தத்தில் நல்லவர். கவிஞர்.

அவருக்கு ஒரே மகள். பெயர் மலர்விழி. 11-ம் வகுப்புப் படித்துக் கொண்டிருந்தாள். புறாவுக்கு மகள் மீது கொள்ளைப் பிரியம். தனது மகளுக்குப் புறா, நிறைய சுதந்திரம் கொடுத்திருந்தார். புறாவின் மனைவிக்கு அது பிடிக்காது. கோபிப்பார்.

ஒருநாள் காலையில் வீட்டின் கொல்லைப்புறத்தில் இருந்து யாரோ கத்தும் சத்தம் கேட்டது. புறா திடுக்கிட்டு விழித்துக் கொண்டார். பக்கத்தில் மனைவியைக் காணோம். சத்தம் வந்த வீட்டின் பின்பக்கம் வேகமாக ஓடினார். கொல்லைக் கதவு திறந்திருந்தது. லைட் எரிந்துகொண்டிருந்தது.

'ஓ' வென்று கத்தியபடி அவரது மனைவி சுந்தரி ஓடி வந்தார். அங்கே மாமரக் கிளையில் மலர்விழி தூக்கில் தொங்கிக் கொண்டிருந்தாள்.

எத்தனையோ பேரிடம் கேட்டும் எவ்வளவு யோசித்தும் மலர் விழியின் அப்பா அம்மாவால் மலர் ஏன் தூக்கு மாட்டிக் கொண்டாள் என்ற காரணத்தை யூகிக்கவே முடியவில்லை.

அந்தச் சம்பவத்துக்குப் பிறகு மலரின் அப்பாவும் அம்மாவும் இடிந்து போனார்கள். பிள்ளைகளின் மரணத்தைப்போல் பெற்றவர்களுக்குத் துன்பம் தருவது வேறு எதுவுமே இல்லை. விபத்தில் மரணம் நேர்ந்தால் விதி என்று சமாதானமாகலாம். ஆனால் பிள்ளையே மரணத்தைத் தேடிக்கொண்டால்?

தற்கொலை என்பதைப் போன்ற முட்டாள்தனம் வேறு எதுவும் உலகில் இல்லை. தீர்வே இல்லாத பிரச்னைகள் என்று உலகில் ஏதாவது இருக்கிறதா?

அவமானம், அசிங்கம், கேவலம் என்பதெல்லாம் மனம் அந்தந்த நேரத்தில் அனுபவிக்கும் கற்பனைகள். மழை பெய்யும்போது அதையே கவனித்துப்பார்த்தால், இந்த மழை நிற்கவே நிற்காது என்பது போலத்தான் தோன்றும். ஆனால் பத்து இருபது நாட்களுக்குப் பிறகு, அப்படி ஒரு மழையா? பெய்ததா?' என்று கேட்கும்படி வெயில் அடிக்கும்.

யாரும் யாருக்கும் துரோகம் செய்துவிட முடியாது. அப்படி நினைத்துக்கொள்ள வைப்பதும் மனம்தான். மிக அதிகமான எதிர்பார்ப்பு. பொசசிவ்னெஸ். இவை செய்யும் வேலைகள்தான் எல்லாம்.

யாருக்கோ எதையோ நிரூபிக்க நமது தாய், தந்தையரை அழ விடுவானேன்?

பிரச்னைகளைச் சந்திக்காதவர்களே இல்லை. அதை மனத்தில் போட்டுக்கொள்ளாமல், அதைப்பற்றிச் சிந்திக்காமல் உடனடி யாக அடுத்த விஷயத்துக்குப் போய்விடுவது அழுத்தத்தைக் குறைக்கும். மனம் வருத்தப்படும் பிரச்னையா, உடனே மனம் விட்டுப் பேசக்கூடிய ஒருவரிடம் போய்விடுவது நல்லது. உள்ளே போட்டு வைக்காமல் யாரிடமாவது சொல்லலாம். பல சமயங்களில் நாம் முதலில் நினைத்தது எவ்வளவு அபத்தம் என்பது பின்னால்தான் தெரியும்.

* கேலி செய்வார்களே என்கிற பயம்.

* இனி அவன் முகத்தில் எப்படி விழிப்பேன் என்கிற சுய இரக்கம்.

* இனி எல்லாம் போச்சு. அவ்வளவுதான். நான் காலி என்று நினைக்கிற அச்சம்.

* யாருக்கோ புத்தி புகட்ட வேண்டும் என்கிற ஆத்திரம்.

* எனக்கு இனி யாரும் இல்லை, என்னை நேசிப்பவர்கள் இல்லை என்று கதறுகிற சுயபச்சாதாபம்.

இவை எல்லாம் உணர்வுகள். அந்த நேரம் மட்டுமே மனத்தில் உருவாகும் நினைப்புகள். அந்த நேரம் தாண்டியதும், நினைப் பின் வேகம் குறைந்துவிடும். அதன் பின் இன்னொரு உணர்ச்சி வரும்.

- என்ன பெரிய தவறு செய்துவிட்டேன் நான்? யாரும் செய்யாததா என்ன?

- இருக்கட்டுமே. இந்த முறையும் தவறிவிட்டது. சரி அதற்கு என்ன இப்போது? அடுத்தமுறை தருகிறேன் என்று சொல்வது? என்ன தலையா போய்விடும்!

- இது இல்லாவிட்டால் அடுத்தது. வேறு ஒன்று. போகட் டுமே. பார்த்துக்கொள்ளலாம்.

- அவள் அல்லது அவன் வேறு ஆள் பக்கம் போனால் என்ன? போகட்டுமே. அதற்காக நான் ஏன் என்னை அழித்துக் கொள்ள வேண்டும்? ச்சே.... அப்படிச் செய்துகொள்ள நான் என்ன முட்டாளா?

- இவன் அல்லது இவள் என்னை நேசிக்காவிட்டால் எல்லாம் போச்சு என்று அர்த்தமா என்ன? போகட்டும். என் அருமை தெரியவில்லை. அவ்வளவுதான். அதற்காக?

பெரும் மழைவிட்டு, தூவானமும் நின்று, வெயிலடிக்கத் தொடங்கிவிடும், மனத்திலும்.

மனம் என்பது குழப்பங்களின் மூட்டை. அதை மட்டுமே நம்பிப் பெரிய முடிவுகள் எடுத்துவிடக்கூடாது. அறிவைக் கேட்க வேண்டும். அறிவு நிதானமாக இருக்கும்போது மட்டுமே முக்கிய முடிவுகள் எடுக்க வேண்டும்.

கலந்து ஆலோசிக்கலாம். நண்பர்கள், பெற்றவர்கள், வேண்டிய வர்களிடம் கலந்தாலோசிக்கலாம். யாரிடமாவது மனம்விட்டுப் பேசினாலே நிச்சயம் ஒரு தெளிவு கிடைக்கும். மனத்துக் குள்ளாகவே போட்டுப் புழுங்குவது குழப்பத்தைத்தான் அதிக மாக்கும்.

Often test of courage is not to die but to live.

சாவதற்கு தைரியம் தேவையில்லை. கோழைகள்தான் பயந்து சாவார்கள். சிரமங்களை எதிர்கொண்டு வாழ தைரியம் வேண்டும்.

-

சில பயங்கள் இருக்கின்றன. அவை தீவிரமான முடிவை எடுக்கத் தூண்டாது. ஆனால் மனத்துக்குள் மரவட்டைபோல

ஊர்ந்து கொண்டே இருக்கும். பல்லில் மாட்டிய பாக்குபோல உறுத்திக்கொண்டே இருக்கும்.

எனக்கு (மட்டும்) (இன்னும்) மீசை வளரவில்லையே என்கிற பயம்.

உடல் உறுப்புகள் சில எனக்கு மட்டும் மற்றவர்களைக் காட்டிலும் அளவு வித்தியாசமாக இருக்கிறதோ என்கிற காம்ப்ளெக்ஸ்.

என் குரல் பெண் குரல் போல் இருக்கிறதோ?

என் நடை சரியில்லையோ?

நான் அதிக உயரம் இல்லையோ?

என் நிறம்தான் எனக்கு எதிரி.

என் மூக்கு சப்பையோ?

என் காதுகள் பெரியதோ?

கண்கள் சின்னதோ?

இவை தேவையில்லாதவை. இவையெல்லாம், உடன் இருக்கும் ஒரு சிலருக்கு மட்டுமே முக்கியமாகத் தெரியும் விஷயங்கள். அவர்கள் கேலி பேசிப் பேசி, காற்றை பலூனில் அடைப்பதுபோல, நம் மனத்தில் பயத்தை அடைப்பார்கள். இவையெல்லாம் ஒரு விஷயமே இல்லை. இவற்றில் மனத்தைத் தோயவிட்டால் போச்சு. இதையே நினைத்துக்கொண்டு உட்கார வேண்டியதில்லை. 'ஆமாம்டா. அதுக்கு இப்ப என்ன?' என்று திருப்பிக் கேட்டால் போச்சு. அப்போதே முடிந்துவிடும் கதை.

உலகில் எல்லாப் பிரபலங்களும் இப்படிப்பட்ட ஏதோ ஒரு குற்றச்சாட்டைச் சந்தித்து இருக்கிறார்கள். அவர்கள் அவற்றைத் தாண்டியும் வெற்றி பெறவில்லையா? புகழ் அடைய வில்லையா?

எல்லோருக்கும் எல்லாமும் கிடைக்க வழிகள் இருக்கின்றன.

பெற்றவர்கள் திட்டுகிறார்கள்.

படிடா. ஊர் சுற்றாதே.

சாப்பிட மாட்டேன் என்கிறாயே?

வெளியில் போகாதே.

எப்பப் பார்த்தாலும் டி.வி. பார்க்காதே.

சினிமா பார்த்தது போதும்.

காலையில் சீக்கிரம் எந்திரிடா.

குளிடா.

வண்டியை எடுத்துக்கிட்டு எங்க கிளம்பிட்ட?

காசு காசு காசு. அப்படி என்னதான்டா செலவு உனக்கு?

இதெல்லாம் என்ன?

'இதெல்லாம் தெரியாதா என்ன? அதுதான் தினமும் வீட்டில் இருப்பவர்களிடம் கேட்டுக் கொண்டிருக்கிறோமே! அதிலும் இவ்வளவு மென்மையாகக்கூட சொல்வதில்லையே. திட்டுகிறார்கள்.'

இப்படி நினைக்கலாம். யார் சொல்கிறார்கள் அல்லது திட்டுகிறார்கள்? அம்மா அல்லது அப்பா. சில வீடுகளில் அண்ணன்கள் அல்லது அக்காக்கள்.

ஏன் சொல்கிறார்கள்?

காரணம் எதுவாகவும் இருக்கட்டும். ஏன் எப்போது பார்த்தாலும் திட்டிக்கொண்டே இருக்க வேண்டும்? விவரம் தெரியாதவனா நான்?

டாக்டர் C.S. ராமசந்திரன் என்று ஒரு பெரிய சர்ஜன். இப்போது வயது 70. அவருடைய மகன் அமெரிக்காவில் இருக்கிறார். அதனால் டாக்டர் C.S.R. அடிக்கடி அமெரிக்கா போய் வருவார். அவரிடம் அமெரிக்காவில் இருக்கும் மாணவர்கள் இப்படி குறைபட்டுக் கொண்டார்களாம்.

'சாப்பிட்டியான்னு கேட்கிறதில்லை. தூங்கினேனான்னு பாக்கற தில்லை. எங்கே போறேன் எங்கேயிருந்து வர்றேன்? எதையுமே கண்டுக்கறதில்லை. அப்பா அம்மா ரெண்டு பேரும் அவங்க வேலையைப் பாத்துக்கிட்டு ஜாலியா வெளியில போய்க்கிட்டு இருக்காங்க. அப்புறம் எதுக்குப் பிள்ளை பெத்துக்கிட்டாங் களாம்?'

அங்கேயெல்லாம் பிள்ளைகளுக்கு மிக அதிக சுதந்திரம். ஆனால் அந்தப் பிள்ளைகள் அப்பா அம்மாவுடைய அன்புக்காக

ஏங்குகின்றன. அன்பும் விசாரிப்பும் கிடைக்காவிட்டால்தான் தெரியும், அதன் வருத்தம்.

நம்மைத் திட்டுகிறார்கள், விசாரிக்கிறார்கள் என்றால், அவர்களுக்கு நம்மீது அக்கறை என்றுதானே அர்த்தம்? வேறு என்ன இருக்க முடியும்? நாம் நினைப்பதைச் செய்ய விடமாட்டேன் என்கிறார்களே என்பதால், நமக்கு வருத்தமாக இருக்கலாம். பார்க்கப்போனால் அவர்கள் பாவம். நம்முடைய நலன் தவிர, அவர்களுக்கு உலகத்தில் வேறு பெரிய மகிழ்ச்சி எதுவுமே கிடையாது.

திட்டுகிறார்களா? 'சரி சரி' என்று சொல்லிவிட்டுப் போவது. என்ன குறைந்துவிடும்?

பெற்றவர்களின் ஆசீர்வாதம் என்பது மிகவும் வலுவானது. அது நமக்குப் பலம் பெற்றவர்கள் நம் நலம் விரும்பிகள். அவர்களை மதித்து, அவர்களது மனம் சந்தோஷப்படும்படி நடந்துகொள்ள முடியாதா என்ன? அவர்கள் அப்படி என்ன நம்மால் செய்ய முடியாததைச் சொல்லிவிடப் போகிறார்கள். அவர்கள் சொல்வதில் முக்கியமான சிலவற்றையாவது செய்தால், திருப்தி அடைவார்கள்.

வீட்டின் ஹால். அதில் ஒரு சோபா. சோபாவில் பெரியவர் ஒருவர் உட்கார்ந்திருந்தார். வயது எண்பது இருக்கும். எதிர் சோபாவில் அவருடைய மகன் பாண்டியன். பாண்டியனுக்கே வயது ஐம்பதுக்கும்மேல் இருக்கும். அப்பொழுது, அவர்கள் வீட்டு ஜன்னலில் ஒரு காகம் வந்து உட்கார்ந்தது. தலையை அப்படியும் இப்படியும் சாய்த்தபடி, 'கா கா' என்று கரகரப்பாகக் கத்தியது.

அப்பா, மகன் பாண்டியனைப் பார்த்துக் கேட்டார், 'என்னப்பா அது?'

'இதுவா? காக்காப்பா' என்றார் பாண்டியன்.

ஒரு நிமிடமாகியிருக்கும். மீண்டும் அவர் கேட்டார், 'என்னப்பா அது?'

'இப்பத்தானேப்பா சொன்னேன். காக்கான்னு.

சில விநாடிகள் போயிருக்கும். அப்பா மீண்டும் கேட்டார். 'என்னப்பா அது?'

இப்பொழுது பாண்டியன் குரலில் எரிச்சல். 'இது காக்கா... காக்கா... காக்கா...'

அடுத்து ஒருமுறையும் அவர் 'என்னப்பா அது?' என்று கேட்க, 'என்னப்பா விளையாடுறீங்களா? எத்தனைவாட்டி உங்களுக்குச் சொல்றது, இது காக்கான்னு. ஒரு வாட்டி சொன்னாத் தெரியாதா உங்களுக்கு? திரும்பத் திரும்ப ஏன் அதையே கேக்கறீங்க? புரியலையா?'

அப்பா மெதுவாக எழுந்து, தள்ளாடியபடியே உள்அறைக்குள் சென்றார். மெதுவாகக் கட்டிலில் உட்கார்ந்து, அதன் அடியில் இருந்த தன்னுடைய டிரங்க் பெட்டியை இழுத்தார். அதனைத் திறந்து, அதில் எதையோ தேடினார். அடியில் இருந்த அவருடைய பழைய டைரிகளில் ஒன்றை எடுத்தார். அதோடு ஹாலுக்கு மீண்டும் வந்தார்.

அவரையே ஆச்சரியமாக அவருடைய மகன் பார்த்தபடி இருந் தார். 'என்ன செய்கிறார் இவர்?' அந்தப் பழுப்பேறிய பழைய டைரி பேப்பர்களை மெதுவாகப் புரட்டினார். ஒரு குறிப்பிட்ட பக்கம் வந்ததும், கண்ணருகில் அந்தப் பக்கத்தைக் கொண்டு போய்ப் படித்தார். அவருடைய தலை லேசாக ஆடியது. பின்பு, அந்தப் பக்கத்தில் விரலை வைத்தபடி டைரியை மகனிடம் நீட்டினார். இதைப்படி' என்றார்.

பழுப்பு நிறக் காகிதம். அதில் சங்கிலி சங்கிலியாகக் கருப்பு நிற இங்கில் எழுதியிருந்த எழுத்துகள். மேலே 1960, அக்டோபர் 10

என்று பிரிண்ட் ஆகியிருந்தது. பாண்டியன் அதில் எழுதி யிருந்ததைப் படித்தார்.

இன்று, பாண்டிக் குட்டி (பாண்டியன்) 'அது என்ன?' என்று, ஜன்னலில் வந்து உட்கார்ந்த காகத்தைப் பார்த்துக் கேட்டான். 'காக்காய்' என்று எத்தனை முறை சொன்னாலும் விடாமல் திரும்பத் திரும்ப அதையே கேட்டான். பத்து முறைக்கு மேலிருக்கும். அவன் அப்படி பத்து முறைக்கும் மேலாகக் கேட்டதற்கு, அவன் கேட்ட ஒவ்வொரு முறையும், 'காக்கா' என்று பதில் சொல்லிவிட்டு, அவனை நான் இறுக அணைத்து அழுத்தமாக முத்தம் கொடுத்ததும் காரணமாக இருக்கலாம். '

என்ன சரிதானே?

9

காதலிக்க நேரம் உண்டு

காதலிப்பது தவறு அல்ல. அதற்காக நேரம் செலவிடுவதும் தவறல்ல. குறிப்பிட்ட ஆணையோ பெண்ணையோ ஒருவர் காதலிக்க ஆரம்பிப்பது எப்போது? அந்த நபரின் அழகால் ஈர்க்கப்படும்போது. அல்லது, அவருடைய குணாதிசயங்களால் கவரப்படும்போது.

கண்டவுடன் பிறந்து விடுகிறது காதல். ஒரு நொடி போதும். குறிப்பிட்ட நபர் யார்? அவர் எங்கே இருக்கிறார்? என்ன செய்துகொண்டிருக்கிறார்? அவர் பெயர் என்ன? போன்ற எந்த விவரங்களும் தெரிந்திருக்கத் தேவையில்லை.

ஒருமுறை பஸ் ஸ்டாண்டில் பார்த்து விட்டால், அடுத்த முறையும் பஸ் ஸ்டாண்ட் போக ஆசை பிறக்கும். பிறகு, தினமும். காதலிக்கும் நபரை தினமும் கண்டே ஆகவேண்டும். ஒரு நாள் வரவில்லை என்றாலும், மனத்தில் இடி, மின்னல் தொடங்கிவிடும்.

கவிதை எழுதலாம் என்று தோன்றும். மரபுக்கவிதை அல்ல, புதுக்கவிதை. ஒரு வாக்கியத்தில் நான்கு வார்த்தைகள். கண்ணே, மணியே, முத்தே. எக்ஸெட்ரா.

அடுத்து, தகவல் சேகரிக்கும் பணி. பெயர், ஊர், பிடித்த நிறம், செல்ஃபோன் நம்பர், படிக்கும் கல்லூரியின் பெயர், கூடப் பிறந்தவர்கள் எத்தனை பேர், எக்ஸெட்ரா.

அடுத்து காதலிக்கும் நபரைக் கவரும் பணி. அதில் Complete Focus. என்னவாவது செய்து, அந்த நபரின் மனத்தைக் கவரவேண்டும். அவ்வளவுதான். வேறு எதிலும் புத்தி போகாது. என்னென்ன செய்யலாம் என்று மனம் யோசிக்க ஆரம்பித்துவிடும். பூலோகமே தலைகீழாகக் கவிழ்ந்தாலும், கவலை இருக்காது.

அடுத்து, காதலிக்கும் நபரிடமிருந்து வரும் அப்ரூவல். அதாவது, ஐ லவ் யூ சொல்லும்வரை பிரச்னைதான். சோறு, தண்ணீர் உள்ளே இறங்காது. படிப்பு ஓடாது.

ஒருவேளை, காதல் நிராகரிக்கப்பட்டால்?

வேறு வினையே வேண்டாம். வீட்டில் உள்ளவர்கள், நண்பர்கள் அத்தனை பேரும் எதிரிகளாகத் தெரிவார்கள். காதலிக்கும் நபர் தெய்வம். அவர் அருள் பாலிக்கும்வரை அத்தனை பேரும் எதிரிகள்தாம். எரிந்து விழுவார்கள். சிடுசிடுப்பார்கள். தாடி வளர்ப்பார்கள்.

அவர்கள் வாழ்க்கையை இரண்டாகப் பிரித்துவிடலாம். காதலிப் பதற்கு முன் (கா. மு.), காதலித்த பின் (கா. பி.). வாழ்க்கையே அடியோடு மாறிவிடும்.

ஒரு வேளை சம்மதம் சொல்லிவிட்டால்?

அப்போதும் பிரச்னைதான். ஒருவித மயக்க நிலைக்கு ஆளாகி விடுவார்கள். கால் தரையில் தங்காது. ஆனந்தக் கவிதைகள் அருவி போல் கொட்டும். பக்கத்தில் போகும் நபரைக் கட்டிப் பிடித்து ஹோவென்று கத்தத் தோன்றும்.

அடுத்து திருமணம் பற்றிய கனவுகள் ஆரம்பமாகிவிடும்.

எல்லாக் காதலர்களுக்கும் பொதுவான ஸ்க்ரிப்ட் இது.

பிரச்னை எங்கு தொடங்குகிறது தெரியுமா?

காதலிக்கும் நபரைப் பற்றிய தகவல்களைத் திரட்டும்போது. உண்மையிலேயே குறிப்பிட்ட நபர் நமக்குத் தோதானவர்தானா என்று நின்று நிதானமாக யோசிக்கும் பக்குவம் பலருக்கு இருப்பதில்லை.

காரணம், குறிப்பிட்ட நபரின் அழகு அவர்களை யோசிக்க விடாமல் செய்கிறது. அழகாக இருக்கிறாரே போதாதா என்று நினைக்கத் தூண்டுகிறது. பெற்றோர் எதிர்த்தாலும் சரி, நண்பர்கள் எதிர்த்தாலும் சரி, இந்த உலகமே ஒன்றுதிரண்டு வந்தாலும் சரி, எங்கள் காதல் வாழும் என்று வீர வசனம் பேச வைக்கிறது.

திருமணம் நடந்து முடிந்த பின், வீட்டுக்குள் நித்தம் நித்தம் உலகப்போர் வெடிக்கும்போதுதான், சில விஷயங்கள் புரியவே ஆரம்பிக்கின்றன. பல முரண்பாடுகளை அடையாளம் கண்டு கொள்கிறார்கள். அப்போதே யோசித்திருக்கலாம் என்று கன்னத்தில் கை வைத்து ஆதங்கப்படுகிறார்கள்.

சிலர், காதலித்துத் திருமணம் செய்துகொண்ட பின்னும் நன்றாகவே வாழ்கிறார்கள். அவர்களின் காதல் தொடர்கிறது. அவர்களை வாழ்த்தலாம். கொடுத்து வைத்தவர்கள். தற் செயலாக அவர்களுக்கு எல்லாம் நன்றாக அமைந்துவிட்டது.

ஆனால் டீன் ஏஜில் வரும் காதல், அதிகப் புரிதல் இல்லாமல் வந்து விட்ட காதல். அது திருமணத்தில் முடியாவிட்டாலும் பிரச்னை. முடிந்தாலும் பிரச்னை. காரணம், அடிப்படைப் புரிதல் அங்கே இல்லை. கவர்ச்சி மட்டுமே அவர்களை ஒன்று சேர்க்கிறது.

பெண்கள் காதலுக்கு எளிதில் தலையாட்ட மாட்டார்கள். ஒரு முடிவு எடுத்துவிட்டால், அதன் பிறகு தீவிரமாக இருப்பார்கள். திருமணத்துக்கு விரட்டுவார்கள்.

சிவசந்திரன் என்று ஒரு மாணவன். சென்னையில் இரண்டாம் ஆண்டு சிவில் டிப்ளமா படித்துக் கொண்டிருந்தான். அவ்வப் போது மதுரைக்குப் பக்கத்தில் இருக்கும் சொந்த ஊருக்கும் போய் வருவான்.

இரண்டாம் ஆண்டு இறுதித் தேர்வு ஆரம்பிக்க பதினைந்து நாட்கள் இருக்கும் போது, அவனுடைய ஹாஸ்டல் முகவரிக்கு ஒரு கடிதம் வந்தது. அவனுடைய காதலிதான் அனுப்பி இருந்தார். தனக்கு வேறு ஒருவருடன் கல்யாணம் நிச்சயிக்கப் பட்டிருப்பதாகவும், சிவசந்திரன் உடனே கிளம்பி வந்து அவளைத் திருமணம் செய்துகொள்ள வேண்டும் என்றும் தவறினால், தன்னை உயிரோடு பார்க்கவே முடியாது என்றும் அந்தப் பெண் கடிதத்தில் எழுதியிருந்தாள்.

ஆடிப்போய்விட்டான் சிவசந்திரன். நண்பர்கள் ஆறுதல் சொல்லி, முதுகில் தட்டிக் கொடுத்து அனுப்பிவைத்தார்கள்.

ஊருக்குப் போனான். தேர்வுக்கு முதல் நாள் ஹாஸ்டலுக்கு வந்து சேர்ந்தான். பதினெட்டு வயது சிறுமியுடன். கழுத்தில் மஞ்சள் கயிறு. அவன் மனைவியாம்.

படிக்கும்போதே குடும்பஸ்தன். அவனே எதிர்பார்க்காத ஒன்று. சூழ்நிலை அப்படியாக்கிவிட்டது. அந்த வருடம் சிவசந்திரன் ஃபெயில். எங்களால் பணம் கட்டமுடியாது என்று அவன் பெற்றோர் கையை விரித்துவிட்டார்கள். சண்டை.

மேற்கொண்டு படிக்க முடியாத நிலை. ஆனால், மனைவியைக் காப்பாற்றவேண்டும். நண்பர்கள் உதவினார்கள். ஆனால், எத்தனை காலத்துக்கு அவர்களால் உதவ முடியும்?

திருமணத்தின் மூலம் சிவசந்திரன் சாதித்தது என்ன? வீட்டில் விரோதம். ஊரில் கெட்ட பெயர். பெண் வீட்டில் தகராறு. படிப்பு போனது. எதிர்காலம் கேள்விக்குறி.

●

எல்லோரையும் பயமுறுத்த வேண்டும் என்பதல்ல நோக்கம். சிவசந்திரன் உணர்த்தும் பாடத்தை நாம் அனைவரும் படித்துக் கொள்ள வேண்டும். அந்தப் பாடம் இதுதான். பக்குவம் அடைந்த பிறகு, படிப்பை முடித்த பிறகு, எதிர்காலம் என்று ஒன்று உருவான பிறகு, காதலிப்பது உசிதமானது. நல்ல வேலையில் இருந்தால் பிரச்னையில்லை. எத்தனை எதிர்ப்புகள் வந்தாலும் சமாளிக்க முடியும். எல்லா சவால்களையும் சந்திக்க முடியும்.

அது வரை, பொறுமை காப்பது நல்லது.

●

சார்லி சாப்ளினின் டைரிக் குறிப்பு இது.

வருடம் 1918: சாப்ளின் வயது 29. 16 வயது மில்டு ரெட் ஹாரிஸ் என்ற நடிகையைத் திருமணம் செய்தார். மணவாழ்க்கையில் மன அமைதியில்லை. பிரச்னைகள். அவருடைய திரைப்படங்கள் சரியாகப் போகவில்லை. இரண்டு வருடங்களில் அவரை விவாகரத்து செய்துவிடுகிறார்.

வருடம் 1924: சாப்ளின் வயது 35. இரண்டாவது திருமணம். லிட்டா கிரே என்ற 16 வயது நடிகை. அவர்களுக்கு இரண்டு பிள்ளைகள் பிறந்தனர். ஆனாலும் மணவாழ்க்கையில் அமைதி யில்லை.

பிரச்னைகள். விவாகரத்து. ஜீவனாம்சம் கொடுக்கச் சொல்லி கோர்ட் உத்தரவு. மொத்த சொத்தை விட, அதிகம் கொடுக்க வேண்டும்.

பத்திரிகைகளில் அவர்கள் கதைகள் சிரிப்பாகச் சிரித்தது. சாப்ளின் மன அமைதி கெட்டு, அவருடைய திரைப்பட வேலை கள் பாதிக்கப்பட்டன. மன உளைச்சல் காரணமாக, சாப்ளின் தலைமுடி மொத்தமும் நரைத்தேவிட்டது!

வருடம் 1936: மூன்றாவது திருமணம். சாப்ளின் வயது 47. பாலெட் காடர் என்ற 26 வயது நடிகை. ஆறு வருடங்கள் பிரச்னை இல்லை. 1942-ல் விவாகரத்து.

வருடம் 1943: நான்காவது திருமணம். சாப்ளின் வயது 54. பதினேழு வயது ஓனா என்ற நடிகையைத் திருமணம் செய்து கொண்டார். திருமணத்துக்குப் பிறகு, ஓனா, சாப்ளின் நடிக்கும் திரைப்படங்களில் நடிப்பதை விட்டுவிட்டார். அவர்களுக்கு மொத்தம் எட்டுப் பிள்ளைகள்.

அவசரக் காதல், அவசரத் திருமணம் இப்படித்தான் முடியும்.

நிதானம் மிகவும் அவசியம். பார்த்தவுடன் காதலில் விழ வேண்டிய அவசியம் இல்லை. பார்த்த முதல் நாளே காதலைச் சொல்லிவிடவேண்டும் என்ற கட்டாயமும் இல்லை.

வீட்டுக்குப்போய் ஆற அமர உட்கார்ந்து காபி சாப்பிட்டுக் கொண்டே யோசிக்கலாம்.

நமக்கு வந்திருப்பது காதல்தானா என்பதை முதலில் தெளிவாக உணர வேண்டும். அதை உணர்வதற்குப் பக்குவம் வேண்டும்.

பக்குவத்தைப் பெற அனுபவங்கள் அத்தியாவசியம். கல்லூரி படிப்பு மட்டும் போதாது. வாழ்க்கையை நேரடியாக வாசிக்க வேண்டும்.

வாழ்க்கையை நேரடியாக வாசிக்க வேண்டுமானால் உணர்ச்சி களுக்கு இடம் கொடுக்கக்கூடாது.

டீன் ஏஜ் என்பது வாழ்வின் உணர்ச்சிகரமான காலம். காதல் தவிர உருப்படியாக வேறு பல விஷயங்களையும் செய்யலாம்.

10

மனசுவை ஜெயிக்கலாம்!

மோகன் என்று ஒரு மாணவன். ஆந்திராவில் இருந்து சென்னைக்கு வந்து ஹாஸ்டலில் தங்கி, கேட்டரிங் படித்துக் கொண்டிருந்தான். முதலாமாண்டு படித்துக் கொண்டிருந்தபோது நடந்த சம்பவம் இது.

நண்பன் ஒருவன் மோகனைச் சீண்டினான். 'டேய், உனக்குத் தைரியமில்லைடா.'

மோகனுக்கு ரோஷம் வந்துவிட்டது.

'ஹா, என்னால் முடியாதா?'

'நிச்சயம் முடியாது. நான் சேலஞ்ச் பண்றேன். உனக்குத் தைரியம் இல்லை.'

'எனக்கா தைரியம் இல்லை? இரு. இதே இடத்துல என் தைரியத்தை நிரூபிச்சுக் காட்டறேன்.'

மோகன் தன் பாக்கெட்டுக்குள் கையை விட்டு ஒரு தீப் பெட்டியை எடுத்தான்.

தீக்குச்சியைப் பற்றவைத்தான். எல்லோரும் பார்த்துக் கொண்டிருக்கும்போதே நெருப்பால் தன் உள்ளங்கையைச் சுட்டுக்கொள்ள ஆரம்பித்தான்.

நண்பர்கள் ஆயிரம் கத்தியும் அவன் அடங்கவில்லை. முழு குச்சியும் எரிந்து முடிக்கும்வரை, நெருப்பில் சுட்டுக் கொண்டிருந்தது அவன் கை. எரிந்து புண்ணாகிவிட்டது. கண்களில் தாரை தாரையாகக் கண்ணீர்.

●

இதே மோகன் வீட்டில் உட்கார்ந்து படித்துக்கொண்டிருக்கிறான். அம்மா அருகில் உள்ள கடைக்குப் போயிருக்கிறார். திடீரென்று சமையலறையிலிருந்து ஏதோ தீய்ந்து போன வாசனை வருகிறது. பதறியடித்துக்கொண்டு உள்ளே போகிறான் மோகன். ஐந்து நிமிடங்கள் கழித்து கேஸ் ஸ்டவ்வை ஆஃப் செய்துவிடுமாறு அம்மா சொன்னதாக நினைவு. சுத்தமாக மறந்தே விட்டது.

ஓடிச் சென்று அடுப்பிலிருக்கும் பாத்திரத்தை அப்படியே கையால் பிடித்து, கீழே இறக்க முயல்கிறான். ம்ஹூஉம்... கை சுட்டுவிட்டது. அலறிவிட்டான்.

இரண்டு சம்பவங்களையும் ஒன்றாக எடுத்து வைத்துக்கொண்டு யோசித்துப் பாருங்கள்.

நண்பன் சவால் விட்டான் என்பதற்காகத் தானாகவே கையைச் சுட்டுக்கொண்டான் மோகன். எதுவும் ஆகவில்லை. ஆனால், எதேச்சையாகப் பாத்திரத்தில் கை வைத்தபோது, சுட்டுவிட்டது. தாங்கிக்கொள்ள முடியவில்லை.

ஏன் இந்த முரண்பாடு?

திருவிழாக் காலங்களில் பலர் நெருப்பு மிதிப்பதைப் பார்த்திருக்கிறோம். செக்கச்செவேல் என்று நெருப்பு, ஜ்வாலை விட்டு எரிந்துகொண்டிருக்கும். கொஞ்சம்கூட பயப்படாமல், பரபரவென்று நடந்துவிடுவார்கள். ஆனால், பிற சந்தர்ப்பங்களில் ஒரு துளி நெருப்பு உடலில் பட்டுவிட்டாலும் இவர்களால் தாங்க முடியாது.

ஏன்?

நம் மனம்தான் காரணம். மோகனுக்கு நடந்தது அதுதான். உன்னைப் பார்த்து ஒருவன் சிரிக்கிறான். உன் தைரியத்தை அவன் சந்தேகப்படுகிறான். பொறுத்தது போதும் பொங்கி எழு. மோகனின் மனம் இட்ட கட்டளை இது. சர்ரென்று தீக்குச்சியைக் கிழித்தான். வலியைப் பொறுத்துக்கொண்டு, நெருப்பில் கையைக் காட்டினான். ஆனால், எதுவும் ஆகவில்லை. தீ மிதிப்பவர்களிடம் நடந்ததும் இதேதான்.

வெற்றிக்கும் தோல்விக்கும் மனம்தான் காரணம்.

மகிழ்ச்சிக்கும் துக்கத்துக்கும் அதே மனம்தான் காரணம்.

முயற்சிக்கும் சோர்வுக்கும் அவரவர் மனமே காரணம்.

உயர்வும் தாழ்வும் வருவது மனத்தால்.

மனத்தின் வலிமையையும் போக்கையும் பொறுத்தே எல்லாம் அமைகிறது. முடியும் என்றால் முடியும். முடியாது என்றால் முடியாது. வலியைப் பொறுத்துக் கொள் என்று மனம் கட்டளையிட்டால், உடல் பொறுத்துக்கொள்ளும்.

●

ஜப்பான், போரில் ஈடுபட்டிருந்த சமயம் அது. என்ன போர், யாருடன், எப்போது, எங்கே, எந்தத் தேதியில் நடந்தது என்பது முக்கியமல்ல. ஜப்பானிய ஜெனரல் என்ன செய்தார் என்பதுதான் முக்கியம்.

எதிரிகளின் முகாம் ஒன்றைத் தாக்கவேண்டும். அதிரடித் தாக்குதல்தான் உதவும். நேரம், காலம் எல்லாம் குறித்தாகி விட்டது.

பிரச்னை என்னவென்றால், எதிரிப் படைகளில் வீரர்கள் அதிகம். அவர்களுக்குச் சமமான எண்ணிக்கையில் ஜப்பானிய வீரர்கள் இல்லை. ஆனாலும், அந்தத் தாக்குதலை நடத்தியே ஆக வேண்டிய சூழல்.

ஜெனரலுக்கு ஒரு யோசனை தோன்றியது. படை வீரர்களை அழைத்தார். தனது திட்டத்தைத் தெளிவாக விளக்கினார்.

'வீரர்களே, நாளை தாக்குதலைத் தொடங்க வேண்டும். சரிதானே?'

வீரர்கள் அலறிவிட்டார்கள். 'ஐயோ, அவர்களது பலம் என்ன, நம்முடைய பலம் என்ன? நாம் எப்படித் தாக்குதல் நடத்துவது? அதுவும் எதிரிகளின் கூடாரத்துக்கே சென்று?'

ஜெனரல் புன்னகை செய்தார்.

'ம், எனக்குத் தெரியும். அதற்காகத்தான் இந்த மாய நாணயத்தைக்கொண்டு வந்திருக்கிறேன். புத்த விகாரத்தில் வைத்து அருளப்பட்ட நாணயம் இது.'

கூட்டம் அவரை அமைதியுடன் பார்த்தது.

'இந்த நாணயத்தை நான் இப்போது சுண்டிவிடப்போகிறேன். தலை விழுந்தால் நமக்கு வெற்றி. பூ விழுந்தால் எதிரிகள் வெற்றி பெற்றுவிடுவார்கள்.'

சில மணித்துளிகள் கண்களை மூடி பிரார்த்தனை செய்துவிட்டு, நாணயத்தைச் சுண்டினார் ஜெனரல்.

எல்லோரும் ஆர்வத்துடன் அந்த நாணயத்தை உற்றுப் பார்த்துக் கொண்டிருந்தனர். நாணயம் கீழே விழுந்தது. தலை.

எல்லோரும் ஆர்ப்பரிக்கத் தொடங்கிவிட்டார்கள்.

மறுநாள், ஜெனரல் போட்டுவைத்திருந்த திட்டத்தின்படி, ஜப்பா னியப் படைகள் எதிரி முகாமுக்குள் நுழைந்து, அவர்களைச் சிதறடித்தன.

ஒரு வேளை தலைக்கு பதில் பூ விழுந்திருந்தால்? அந்தப் பேச்சுக்கே இடமில்லை. ஏனென்றால், அந்த நாணயத்தின் இரு பக்கமும் தலைதான் இருந்தது.

●

நம்மால் முடியும் என்பதை முதலில் நாம் நம்ப வேண்டும். அந்த எண்ணம் எதையும் சாதிக்க வைக்கும். சுடும் நெருப்பைத் தாங்கலாம். கடும் குளிரைப் பொறுத்துக்கொள்ளலாம். வாழ்வின் எல்லாச் சிக்கல்களையும் புன்னகைத்தபடி ஏற்றுக்கொள்ளலாம்.

ஐயோ, அதெல்லாம் முடியவே முடியாது என்று சொல்பவர் களிடம் இருந்து கூடிய அளவுக்கு ஒதுங்கியிருப்பது நல்லது.

காரணம், அவர்களும் சாதிக்க மாட்டார்கள். பிறரையும் சாதிக்க விடமாட்டார்கள்.

பாஸிடிவ் நபர்கள் நம் திறமைக்குப் பெரிய ப்ளஸ். அப்படிப் பட்ட நபர்களைத் தேடிப்பிடித்து நண்பர்களாக்கிக்கொள்ள வேண்டும். பச்சக் என்று அட்டைப்பூச்சிபோல் அவர்களுடன் ஒட்டிக் கொள்ளுங்கள். பாஸிடிவ் மனிதர்கள் பாஸிடிவ் எனர்ஜியை வெளிப்படுத்துவார்கள்.

●

மனம் சரி. அதன் மகிமை சரி. எல்லாம் சரி. இதையெல்லாம் இப்போதே செய்ய வேண்டுமா? டீன் ஏஜ் வயதில் என்ஜாய் செய்யாவிட்டால், பிறகு எப்படி? இப்படிக் கேட்பவர்களுக்கு ஒரு செய்தி. டீன் ஏஜ் என்ஜாய் செய்ய மட்டுமல்ல. சாதிக்கவும்தான்.

மிகப் பிரபலமான கால்பந்தாட்ட வீரர் பீலே. பிரேசில் நாட்டு சிங்கம். அவர் முதன் முதலாக உலகக் கோப்பைப் போட்டியில் கோல் அடித்தபொழுது அவருடைய வயது பதினேழு மட்டுமே.

சச்சின் டெண்டுல்கர். கிரிக்கெட் போட்டிகளில், உலக சாதனை கள் பல செய்திருப்பவர். கிரிக்கெட்டில் நுழையும்போது, அவரது வயது பதினாறு. மேஜர்கூட இல்லை. ஆனால் பாகிஸ் தானுக்கு எதிரான மேட்சில் மட்டையைத் தூக்கிக்கொண்டு களம் இறங்கிவிட்டார். டெண்டுல்கர் சார்பாகக் கையெழுத்துப் போட்டது அவர் அப்பா ரமேஷ். இரண்டாவது டெஸ்ட் மேட்சில் அவர் அடித்த ரன்கள் 59. அதாவது, முதல் அரை சதம்.

மேலும் சில பிளேயர்கள். விஸ்வநாதன் ஆனந்த் (செஸ்). கார்த்திகேயன் (ஃபார்முலா 1 - கார் ரேஸ்). குற்றாலீஸ்வரன் (நீச்சல்), சானியா மிர்ஸா (டென்னிஸ்). இப்படிச் சொல்லிக் கொண்டே போகலாம். இவர்கள் அத்தனை பேருமே டீன் ஏஜ் வயதில் உள்ளே வந்தவர்கள். இன்றளவும் ஜொலித்துக் கொண்டிருப்பவர்கள்.

விளையாட்டு மட்டுமா? திரையுலகை எடுத்துக்கொள்ளுங்கள். தமிழ்த் திரை உலகை மயக்கி வைத்திருக்கும் ஏ.ஆர். ரஹ்மான், யுவன் சங்கர் ராஜா இருவருமே டீன் ஏஜில் துறைக்கு

வந்தவர்கள். தொழில்துறையில், கலாநிதி மாறன், மிக இளைய வயதில் ஜொலிக்க ஆரம்பித்துவிட்டார்.

சாதிப்பதற்கு வயது தேவை என்று நினைக்க வேண்டாம். வயதாவதற்குள் சாதிப்பதுதான் சிறந்த வழி.

●

அப்போதுதான் அந்த வீட்டில் வேலைக்குச் சேர்ந்திருந்தான் அவன். அவன் வேலை, பக்கத்தில் ஓடிய ஆற்றுக்குப்போய் தண்ணீர் கொண்டுவருவது. தண்ணீர் கொண்டு வர இரண்டு குடங்கள் வைத்திருந்தான். அந்த இரண்டு குடங்களையும் ஒரு நீண்ட குச்சியில் கட்டி, அந்தக் குச்சியை தன் தோள் மீது வைத்துத் தூக்கி வருவான்.

ஒரு நாள் அந்த இரண்டு குடங்களில் ஒன்றில் சிறு ஓட்டை விழுந்துவிட்டது. அந்த ஓட்டை வழியாக, குடத்தில் இருக்கும் தண்ணீர், வரும் வழியெல்லாம் சிந்தும். வீடு வந்து சேரும் பொழுது கிட்டத்தட்ட பாதிக்குடம்தான் இருக்கும்.

ஒட்டை விழுந்த குடத்தின் மனம் மிகவும் கஷ்டமாகிவிட்டது. 'என்னால் இந்த மனிதனுக்கு எவ்வளவு சிரமம்! பாவம் அவன் சிரமப்பட்டு தண்ணீர் தூக்கிவர, அதில் பாதி என்னால் வீணாகிவிட்டதே!

பல மாதங்கள் கழிந்தன. ஒரு நாள் பொறுக்க முடியாமல், அந்த ஓட்டை விழுந்த குடம், அந்த மனிதனிடம் தன் வருத்தத்தைத் தெரிவித்தது. 'என்னை மன்னிச்சுடுங்க. என்னால் உங்களுக்கு நிறைய நஷ்டம்.'

அவன் சிரித்தான்.

'அட மக்குக் குடமே, யார் சொன்னது உன்னால் சிரமம் என்று. என்னோடு வா, ஓர் அதிசயம் காட்டுகிறேன்!'

வழக்கமாக நடந்து வரும் பாதையை அந்தக் குடத்திடம் காட்டினான் அவன். அந்தப் பாதையின் ஒரு பக்கம் முழுவதும் அழகான பூக்கள் பூத்திருந்தன. அப்பொழுதுதான் அவற்றைக் கவனித்த குடத்துக்கு மிகுந்த ஆச்சரியம்.

'அதெப்படி, பாதையின் ஒரு பக்கம் மட்டும் இவ்வளவு பூக்கள்?'

'தண்ணீர் ஒரு பக்கம் சிந்துகிறது என்று தெரிந்ததுமே இந்தப் பாதை முழுக்க பூச்செடிகளை நட்டு வைத்துவிட்டேன். இப்போது பார். எவ்வளவு அற்புதமாகப் பூத்திருக்கிறது. எல்லாம் உன்னால்தான்.'

●

நமக்கும் பொருந்தக்கூடிய விஷயம் இது. நம்முடைய குறைகளையும் நிறைகளாக மாற்றிக்கொள்ள நமக்குத் தெரிந்திருக்க வேண்டும். அந்தத் தோட்டக்காரனைப்போல்.

அவர் பெயர் பிரைல் (Braille). அவரது சிறுவயதில் நடந்த சம்பவம் இது. ஒருமுறை, பிரைல் விளையாடிக்கொண்டிருந்த போது, கையில் இருந்த தோல் தைக்கும் ஊசி அவர் கண்ணில் குத்திவிட்டது.

பிரைல் வீட்டில் இருந்தவர்கள் அதைப் பெரிதாக எடுத்துக் கொள்ளாததால் புண் அடுத்த கண்ணுக்கும் பரவிவிட்டது. விளைவு? இரண்டு கண்களிலும் பார்வை போய்விட்டது.

படிக்க வேண்டிய வயதில், பார்வை பறிபோய்விட்டது. அவர் பெற்றோர், அவரைப் பார்வையற்றவர்கள் படிக்கும் பள்ளிக்கு அனுப்பிவிட்டார்கள். அங்கே, ஓய்வு பெற்ற ராணுவ சிப்பாய், கையால் தடவிப் பார்த்து எழுத்துகளைக் கண்டு கொள்ளும் முறையை பிரைலிக்கு அறிமுகம் செய்து வைத்தார்.

பிரைலியின் மனத்தில் ஒரு மின்னல். கப்பென்று விஷயத்தைப் புரிந்துகொண்டார். தவிரவும், அந்த எழுத்து வடிவத்தை மேன்மைப்படுத்தும் வேலையிலும் இறங்கிவிட்டார்.

ஓயாமல் ஆராய்ந்துகொண்டே இருந்தார். கண் பார்வை இல்லை என்ற காரணத்தால் ஒருவர் படிக்காமல் இருக்கக்கூடாது என்பது தான் அவர் கனவு. தனது கனவை நினைவாக்குவதற்காக மிகக் கடினமாக உழைக்க ஆரம்பித்தார் பிரைலி.

தன்னுடைய இருபதாவது வயதில், பார்வையற்றவர்கள் படிப்ப தற்கான தனி எழுத்து வடிவத்தைக் கண்டுபிடித்தார் பிரைலி.

குறைகளைக் கண்டு பயந்திருந்தால், பிரைலியால் இதைச் சாதித்திருக்க முடியாது.

மிகப் பெரிய பிரச்னைகள் முளைத்துவிட்டால், அவற்றைக் கண்டு பயந்துவிடக்கூடாது. ஒவ்வொரு பிரச்னையையும் நமக் கான வாய்ப்பாக எடுத்துக்கொள்ள வேண்டும்.

அப்படிச் செய்தால், பலவீனத்தையே பலமாக மாற்றிக்கொள்ள முடியும்.

●

கார்த்திக்குக்கு கராத்தே கற்றுக்கொள்ளவேண்டும் என்று ஆசை. ஆனால் அவனுக்கு ஒரு கை கிடையாது. ஆனால் அதற்காக ஆசைப்படாமல் இருக்க முடியுமா?

தனக்குத் தெரிந்த ஒரு பெரிய கராத்தே குருவிடம் சென்றான் கார்த்திக்.

'குருவே, எனக்குக் கராத்தே என்றால் உயிர். ஒரு சிறந்த கராத்தே வீரனாக மாறவேண்டும் என்பது என் லட்சியம். நீங்கள்தான் எப்படியாவது எனக்குப் பயிற்சி கொடுக்க வேண்டும்.'

குரு, கார்த்திக்கை உற்றுப் பார்த்தார். 'தயவு செய்து மாட்டேன் என்று மட்டும் சொல்லிவிடாதீர்கள். உங்களை நம்பித்தான் நான் இங்கே வந்தேன்.'

குரு புன்னகை செய்தார்.

'கவலைப்படாதே கார்த்திக். நிச்சயம் உனக்கு இங்கே இடம் உண்டு. உன்னுடைய கனவு நியாயமானது. நிச்சயம் நான் அதை நிறைவேற்றுவேன்.'

பயிற்சி ஆரம்பமானது.

முதல் அடியைச் சொல்லிக்கொடுத்தார் குரு.

'இந்த ஸ்ரோக்கை முறையாகப் படி.' சொல்லிவிட்டுக் கிளம்பிவிட்டார். கார்த்திக் தொடர்ந்து அந்த ஸ்ரோக்கில் பயிற்சி பெற ஆரம்பித்தான். சிறிது காலம் கடந்தபின் குருவிடம் பேசினான். 'குருவே, அடுத்து என்ன செய்ய வேண்டும்?'

அதையே மீண்டும் செய்.

மீண்டும் பயிற்சியைத் தொடர்ந்தான் கார்த்திக். சில மாதங்கள் ஆகிவிட்டன. மற்ற மாணவர்கள் வெவ்வேறு ஸ்ட்ரோக்குகளை பழகிக்கொண்டிருந்தார்கள். கார்த்திக் மட்டும் செய்வதையே திரும்பத் திரும்பச் செய்துகொண்டிருந்தான்.

குருவைச் சந்தித்தான்.

'குருவே, அடுத்து என்ன செய்ய வேண்டும்?'

அதே பதிலை மீண்டும் சொன்னார் குரு.

'நான் சொல்லிக்கொடுத்ததை மீண்டும் செய்.'

அந்த வருட இறுதியில், கராத்தே போட்டி நடைபெற இருந்தது. குரு மாணவர்களை ஒன்று திரட்டினார்.

'அமெரிக்காவிலிருந்து ஒரு கராத்தே வீரர் வரப்போகிறார். அவரை எதிர்த்து நிற்க உங்களில் ஒருவரை நான் தேர்வு செய்யப் போகிறேன்.'

மாணவர்கள் குருவை ஆர்வத்துடன் பார்த்துக்கொண்டிருந்தனர். குரு சொன்னார்.

'அந்த மாணவரின் பெயர் கார்த்திக்.'

கார்த்திக்குக்கு அதிர்ச்சி. மற்ற மாணவர்களுக்கும்தான். ஆனால் என்ன செய்வது? குருவை எதிர்த்துக் கேள்வி கேட்க முடியாதே!

போட்டி நாள் வந்தது. கார்த்திக், திக் திக் இதயத்துடன் மேடை ஏறினான்.

எல்லோரும் ஆர்வத்துடன் மேடையைப் பார்த்துக்கொண்டிருந் தனர். ஒற்றைக் கையில் மேடை ஏறிய கார்த்திக்கை எகத்தாளமாகப் பார்த்தார் அந்த அமெரிக்கர். போயும் போயும் இவனிடமா மல்லுக்கட்டவேண்டும். சரி, பார்க்கலாம்.

தனக்குத் தெரிந்த அந்த ஸ்ட்ரோக்கை உபயோகிக்க ஆரம்பித்தான் கார்த்திக். முதல் அடி. இரண்டாவது அடி. மூன்றாவது அடி. ஆச்சரியம். அந்த அமெரிக்கரால் சமாளிக்கவே முடியவில்லை. நிலைகுலைந்துவிட்டார்.

இறுதியில் வெற்றி பெற்றது கார்த்திக்தான்.

எல்லோருக்கும் ஆச்சரியம். எல்லோரையும் விட, கார்த்திக்குக்கு கூடுதல் ஆச்சரியம். நேராக குருவிடம் ஓடினான்.

'இது எப்படிச் சாத்தியமானது குருவே? நான் அத்தனை தாக்கி யும் ஏன் அவர் திரும்ப அடிக்கவில்லை?'

'எந்த அடிக்கும் தற்காப்பு என்று ஒன்று உண்டு. 'டிஃபென்ஸ்'. ஆனால், உன் எதிரியால் அதை உன்னிடம் பயன்படுத்த முடியவில்லை.'

'ஏன்? இந்த அடிக்கு அப்படி ஒரு தற்காப்பு கிடையாதா?'

'இருக்கிறது. இந்த அடியை அடிக்கும்போது, அடிப்பவரின் மற்றொரு கையைப் பிடித்துத்தான் இந்த அடியைத் தடுக்க முடியும். உனக்குத்தான் இன்னொரு கை கிடையாதே! அதனால், எதிரியால் உன் அடியைத் தடுக்க முடியவில்லை.'

கை இல்லை என்பது அவன் பலவீனம். அதையே அவனது பலமாக மாற்றிவிட்டார் கராத்தே குரு.

●

உலகம் முழுவதும் மொழி வித்தியாசமில்லாமல் அனைவராலும் போற்றப்படும் புகழ் பெற்ற ஒருவருடைய கதையைப் பாருங்கள்.

அவரது அம்மாவுக்குத் தீராத நோய்.

அப்பா, அம்மாவை விட்டுவிட்டுப் போய்விட்டார்.

இவர்கள் வீட்டில் எப்பொழுதும் பசி, பசி, பசிதான்.

அவர் உணவு கிடைக்காத சமயங்களில் குப்பைத்தொட்டியே கதி என்று இருந்திருக்கிறார்.

வீதியோரமாகப் பாடி காசு திரட்டியிருக்கிறார்.

சாப்பாட்டுக்காகச் சிறு திருட்டுகளையும் செய்திருக்கிறார்.

இவர் என்னென்ன வேலைகள் செய்திருக்கிறார் தெரியுமா?

● பேப்பர் போடும் வேலை.

● டாக்டருக்கு உதவியாளர்.

* முடி வெட்டும் கடையில் உதவியாளர்.

* கண்ணாடித் தொழிற்சாலையில் வேலை.

* பிரிண்டிங் பிரஸ்ஸில் வேலை.

* பொம்மைகள் செய்து விற்கும் வேலை.

* நடனம் சொல்லிக்கொடுக்கும் வேலை.

* பழைய துணிகள் ஏலம் போடும் வேலை.

இத்தனை வேலைகளையும் செய்து முடித்துவிட்டு இறுதியில் சினிமாவுக்கு வந்தார். வாழ்க்கை திசை மாறிப்போனது. கோடி கோடியாகக் கொட்டியது. அவர், சார்லி சாப்ளின்.

குறைபாடுகள், தோல்விகள், பிரச்னைகள். இவை ஒவ்வொன் றும் அற்புதமான வாய்ப்புகள்.

11

அடிச்சு தூள் கிளப்பு

இன்றைய அதிவேக மோட்டார் சைக்கிள் களுக்கு முன்னோடி ஒரு சைக்கிள். ஒரு சக்கரம் பெரியதாகவும் மற்றொரு சக்கரம் சிறியதாகவும் வடிவமைக்கப்பட்டிருந்த சைக்கிள் அது. இப்படி ஒரு வாகனத்தை உருவாக்கலாம் என்று அதற்குமுன் ஒருவரும் சிந்தித்ததுகூட கிடையாது.

யாராவது சொல்லியிருந்தால்கூட, அடபோப்பா என்று நகர்ந்து போயிருப்பார் கள். ஆனால், அந்த ஓவியருக்குத் தோன்றியிருக்கிறது. இரண்டு சக்கரங் களை வடிவமைக்க வேண்டும் என்று தோன்றியிருக்கிறது. அதை ஒரு வாகனமாக, நகரும் இயந்திரமாகக் கற்பனை செய்ய முடிந்திருக்கிறது.

தான் நினைத்ததை ஓர் ஓவியமாக வரைந்தார் அவர். உலகமே ஆச்சரியத்துடன் வியக்கும் ஓவியமாக அது இன்றுவரை நிலைத்து நிற்கிறது.

ஓர் ஓவியர்தான் முதன் முதலாக சைக்கிள் என்பதை யோசித்திருக்கிறார். அதை ஒரு படமாகப் போட்டிருக்கிறார். அதன் பிறகு அது நிஜ வடிவமும் உருவமும் பெற்றது. அந்த ஓவியரின் பெயர் லியோனார்டோ டாவின்சி.

மனத்தில் ஒன்றை உருவாக்க முடிந்தால், நிஜத்திலும் அதை உருவாக்க முடியும். ஒரு விஷயத்தைக் கற்பனை செய்ய முடிந் தால், வெகு சுலபத்தில் அதை யதார்த்தமாக சிருஷ்டிக்க முடியும்.

கதாசிரியரை எடுத்துக்கொள்ளுங்கள். முழுக் கதையையும் அவர் தன் மனத்துக்குள் ஒரு முறை ஓடவிடுகிறார். கதையில் வரும் பாத்திரங்கள் அவர் மண்டைக்குள் இருந்தபடி பேசுகின்றன.

டாவின்சியும் அப்படித்தான். கற்பனை செய்தார். வரைந்து விட்டார். பிற்காலத்தில், சைக்கிளை மெய்யாகவே உருவாக்கி விட்டார்கள். டாவின்சியின் பல்வேறு கற்பனைகள் பிற்காலத் தில் உபயோகத்துக்கு வந்திருக்கின்றன. இதையெல்லாம் இந்த மனிதர் எப்படித்தான் சிந்தித்தாரோ என்று வாய் பிளந்து நிற்கிறார்கள் ஆராய்ச்சியாளர்கள்.

●

கற்பனை. படைப்பாற்றலின் முக்கியத் தேவை, கற்பனை.

கற்பனை இல்லாவிட்டால், வாழ்க்கையில் சுவாரஸ்யம் இல்லை. வறண்ட பாலைவனமாக மாறிவிடுவோம். கற்பனை என்பது ஜீவநதி. ஜீவ ஊற்று.

சரி, கற்பனை எப்படி உதிக்கிறது? கனவு காண்பதன் மூலம். காது வரை போர்வையை இழுத்து மூடி, தூங்கும்போது வரும் கனவின் மூலமாக அல்ல. உன்னதமான ஒரு விஷயத்தை மனம் அசை போடும்போது, கனவு ஒரு காட்சியாகக் கண் முன் விரியும்.

திரைப்படத்தை எடுக்கும் டைரக்டர் சதா சர்வகாலமும் கனவு கண்டுகொண்டே இருப்பார். தான் எடுக்கப் போகும் படத்தைப் பற்றி. சிலருக்கு, படத்தின் ஒவ்வொரு காட்சியும் ஃப்ரேம் பை ஃப்ரேம் மனக்கண்ணில் ஓடும். எங்கே லாங் ஷாட் வைக்க வேண்டும், கேமரா ஆங்கிள் எப்படி இருக்க வேண்டும், ஹீரோ வின் காஸ்ட்யூம் குறிப்பிட்ட காட்சியில் எப்படி இருக்க

வேண்டும் போன்ற எல்லா விஷயங்களையும் அவர் முதலில் கற்பனை செய்துகொள்வார்.

கற்பனையின் அடுத்த கட்டம். செயல்படுத்துதல். எப்படிச் செயல்படுத்துவது?

முதலில், நம் கனவைத் தெளிவாக ஒரு காகிதத்தில் இறக்கி வைக்கவேண்டும். என் கனவு என்ன? நான் அடையப் போகும் பாதை எது? அந்தப் பாதையை அடைய நான் என்னென்ன செய்ய வேண்டும்? எங்கே தொடங்கவேண்டும்? எப்போது தொடங்க வேண்டும்? எப்போது, என்று, எந்தப் புள்ளியில் முடிக்க வேண்டும்?

இப்படி ஒரு கம்ப்ளீட் ப்ளான் தேவை. கனவு கனவாகவே முடிந்துவிடக்கூடாது. போர்வையை உதறித் தள்ளிவிட்டு, சுறுசுறுப்புடன் எழுந்து உட்கார்ந்து திட்டமிட வேண்டும்.

கனவை நிஜமாக்கும் மந்திர வித்தையைக் கற்கவேண்டும்.

●

யார் வேண்டுமானாலும் கனவு காணலாமா? யார் வேண்டும் மானாலும் கற்பனை செய்யலாமா? நிச்சயமாக.

'இப்பொழுது நான் இப்படி இருக்கிறேன். இன்னும் இத்தனை ஆண்டுகளில் இப்படி ஆகப்போகிறேன்.'

'என் கனவு ஓர் எழுத்தாளராவது.'

'சுயமாகத் தொழில் செய்யவேண்டும்.'

'நிறைய சம்பாதிக்க வேண்டும்.'

எல்லாமே கனவுதான்.

இளம் வயதுகளில் கனவு காணாமல் வேறு எப்போது கனவு காணமுடியும்? காணலாம். ஆனால், இளம் வயதில் உள்ளவர் களுக்கு ஒரு மாபெரும் வசதி, நினைத்ததைத் தைரியமாகச் செய்து பார்க்கலாம். தவறு நேர்ந்தால், திருத்திக்கொள்ளலாம். விழுந்து, எழுந்து அனுபவங்களைப் பெற்று பாடம் படித்துக் கொள்ளலாம்.

தவிரவும், டீன் ஏஜ் காலம் துடிப்பான காலம். வாழ்வின் பிரகாச மான பகுதியும்கூட.

●

மார்ச் 2006. ஆஸ்திரேலியாவிலுள்ள மெல்பர்ன் நகரத்தில் பதினெட்டாவது காமன் வெல்த் விளையாட்டுப் போட்டி ஒன்று நடைபெற்றது.

தமிழ் நாட்டைச் சேர்ந்த முருகேசன், எடை தூக்கும் போட்டியில் கலந்துகொண்டார். தங்கப் பதக்கம் பெற வேண்டிய நபர். ஆனால், கிடைத்ததோ வெள்ளி. இதில் கவனிக்கவேண்டிய விஷயம் என்னவென்றால், தங்கப் பதக்கம் வென்ற நபர் தூக்கிய அதே எடையைத்தான் இவரும் தூக்கினார்.

எனில், இவருக்கு மட்டும் ஏன் வெள்ளி? அவருக்கு ஏன் தங்கம்? எட்டு கிராம் வித்தியாசம்தான் காரணம்.

இத்தனை எடையைச் சுமக்கத் தெரிந்த முருகேசனால், எட்டு கிராம் கூடுதலாகச் சுமந்திருக்க முடியாதா? முடியும். ஆனால், அன்றைய தினம் அவரால் சுமக்க முடிந்தது அவ்வளவுதான்.

இப்படியும் எடுத்துக்கொள்ளலாம். வெற்றி பெற்ற நபர், முருகேசனைக் காட்டிலும் எட்டு கிராம் கூடுதலாகச் சுமந்து தங்கம் பெற்றிருக்கிறார்.

வெற்றியின் சூட்சமம் இதுதான். பிறரைவிட சிறிதளவாவது கூடுதலாகச் செய்வது. அந்த எக்ஸ்ட்ரா சமாசாரம்தான் நம்மைப் பிறரிடமிருந்து வித்தியாசப்படுத்திக் காட்டுகிறது. பிரம்மாண்ட மான வித்தியாசம்கூடத் தேவையில்லை. கடுகளவு வித்தியாசம் போதும்.

●

மற்றவர்களுடன் போட்டி போடாமல் வெற்றி பெற முடியாது.

போட்டி ஆரோக்கியமானது. நம் திறமையை முழுவதுமாக வெளிக்கொண்டுவருவது போட்டி மட்டுமே.

இப்படி நினைத்துப் பாருங்கள்.

பெரிய மைதானம். இன்னும் சில நிமிடங்களில் ஓட்டப்பந்தயம் தொடங்கப்போகிறது. நீங்கள் அதில் கலந்துகொள்ளப் போகிறீர்கள். ஒரே நிபந்தனை. உங்களுடன் போட்டி போட யாரும் வர மாட்டார்கள். நீங்கள். நீங்கள் மட்டும்தான். தனியாக ஓட வேண்டும். முழு அரங்கமும் கூட்டத்தால் நிரம்பியிருக்கும். எல்லோரும் வைத்த கண் வாங்காமல் உங்களைப் பார்த்துக் கொண்டிருப்பார்கள். வெற்றிக் கோப்பை சர்வ நிச்சயமாக உங்களுக்குத்தான்.

என்ன? இந்தப் போட்டியில் கலந்துகொள்ள உங்களுக்குச் சம்மதமா?

சம்மதம் கிடையாது. இல்லையா? ஏன்? போட்டி இல்லாத வாழ்க்கை சுவாரஸ்யமற்றது. தனியாக ஓடி, வெற்றி பெறுவதில் எந்த விதமான த்ரில்லும் கிடையாது.

போட்டியைக் கண்டு மிரள வேண்டாம். அச்சச்சோ இத்தனை பேரா என்று பதற வேண்டாம்.

உங்கள் போட்டி எந்த நேரமும் தொடங்கலாம். அரங்கம் உங்களுக்காகக் காத்துக்கொண்டிருக்கிறது. வா, வா என்கிறது வாழ்க்கை .

போட்டிக்குத் தயாராகுங்கள். தேவையான பயிற்சிகளை எடுத்துக் கொள்ளுங்கள். வெற்றி நிச்சயம் உங்களுக்குத்தான்.